ஒளிரும் பச்சைக் கண்கள்

ஒளிரும் பச்சைக் கண்கள்

கார்த்திக் பாலசுப்ரமணியன் (பி. 1987)

இவர் 1987ஆம் வருடம் விருதுநகர் மாவட்டம் இராஜபாளையத்தில் பிறந்தார். கல்லூரிப் படிப்பைக் கோவையில் முடித்தவர். பணியின் நிமித்தம் நொய்டா, ஜோகன்ஸ்பர்க், சிட்னி போன்ற நகரங்களில் வசித்திருக் கிறார். தற்போது சென்னையில் மனைவி, மகனுடன் வசித்துவருகிறார். ஒரு மென்பொருள் நிறுவனத்தின் தலைமைத் தொழில்நுட்ப வல்லுநராகப் பணிபுரிகின்றார்.

இவருடைய முதல் சிறுகதைத் தொகுப்பு 'டொரினா' 2017ஆம் ஆண்டு வெளிவந்தது. முதல் நாவல் 'நட்சத்திரவாசிகள்' 2019ஆம் ஆண்டு வெளிவந்தது.

மின்னஞ்சல்: karthikgurumuruganb@gmail.com

கார்த்திக் பாலசுப்ரமணியன்

ஒளிரும் பச்சைக் கண்கள்

காலச்சுவடு பதிப்பகம்

அன்பார்ந்த வாசகருக்கு,
வணக்கம்.

காலச்சுவடு நூலை வாங்கியமைக்கு நன்றி.

நூலின் உள்ளடக்கம், உருவாக்கம், அட்டைப்படம் இன்ன பிற அம்சங்கள் பற்றிய உங்கள் கருத்துகளையும் ஆலோசனைகளையும் காலச்சுவடு வரவேற்கிறது. தகவல், எழுத்து, வாக்கியப் பிழைகள் தென்பட்டால் கட்டாயம் தெரிவித்து உதவுங்கள். நூல் தயாரிப்பில் கடும் குறைபாடு இருப்பின் மாற்றுப் பிரதி உங்களுக்குக் கிடைக்கக் காலச்சுவடு ஏற்பாடு செய்யும்.

மின்னஞ்சல்: publisher@kalachuvadu.com

காலச்சுவடு நாகர்கோவில் தலைமையகத்துக்கும் கடிதம் அனுப்பலாம்.

தங்கள்
எஸ்.ஆர். சுந்தரம் (கண்ணன்)
பதிப்பாளர் — நிர்வாக இயக்குநர்

ஒளிரும் பச்சைக் கண்கள் ❖ சிறுகதைகள் ❖ ஆசிரியர்: கார்த்திக் பாலசுப்ரமணியன் ❖ © கார்த்திக் பாலசுப்ரமணியன் ❖ முதல் பதிப்பு: டிசம்பர் 2021 ❖ வெளியீடு: காலச்சுவடு பப்ளிகேஷன்ஸ் (பி) லிட்., 669, கே.பி. சாலை, நாகர்கோவில் 629001 ❖ கோட்டோவியங்கள்: திண்டுக்கல் தமிழ்ப்பித்தன் காலச்சுவடு பதிப்பக வெளியீடு: 1047

oLirum paccaik kaNkaL ❖ ShortStories ❖ Author: Karthik Balasubramanian ❖ © Karthik Balasubramanian ❖ Language: Tamil ❖ First Edition: December 2021 ❖ Size: Demy 1 x 8 ❖ Paper: 18.6 kg maplitho ❖ Pages: 144

Published by Kalachuvadu Publications Pvt. Ltd., 669 K.P. Road, Nagercoil 629001, India ❖ Phone: 91-4652-278525 ❖ e-mail: publications@kalachuvadu.com ❖ Illustrations: Dindigul Tamilpithan ❖ Printed at Mani Offset, Chennai 600077

ISBN: 978-93-5523-083-6

12/2021/S.No. 1047, kcp 3352, 18.6 (1) ass

செறிவும் நேர்த்தியும் கொண்ட தம் படைப்புகளாலும்
கூர்மையான விமர்சனங்கள் வழியாகவும்
தமிழ் இலக்கியத்தின் போக்கைத் தீர்மானிப்பதில்
முக்கியப் பங்காற்றிய ஆசான்
சுந்தர ராமசாமியின் நினைவுக்கு.

பொருளடக்கம்

முன்னுரை: சில வார்த்தைகள்	11
முன் நகரும் காலம்	15
சுழல்	24
காகித முகங்கள்	32
புள்ளிக்குப் பதிலாக வட்டம்	43
மெய்நிகரி	54
தனித்தலையும் நட்சத்திரம்	66
ஜன்னல்	76
இணை	89
ஒளிரும் பச்சைக் கண்கள்	99
மண்	112
சக்கரம்	125
கேண்மை	135

முன்னுரை

சில வார்த்தைகள்

முதல் தொகுப்பான ‘டொரினா’ 2017ஆம் ஆண்டு இதே போன்று நவம்பர் மாதத்தில் வெளியானது. அதன் பிறகான நான்கு வருட இடைவெளியில் பதினான்கு கதைகள் எழுதி யிருக்கிறேன். அவற்றிலிருந்து சற்று ஒரே மாதிரியான பின்புலங்கள்கொண்ட இரண்டு கதைகள் நீக்கப்பட்டுப் பன்னிரண்டு கதைகள் கொண்ட தொகுப்பாக ‘ஒளிரும் பச்சைக் கண்கள்’ வெளிவருகிறது.

நான்கு வருட காலத்தில் பதினான்கு கதைகள் என்றால் வருடத்துக்கு நான்குக்கும் குறைவான கதைகளையே எழுதியிருக்கிறேன். இடையில் ஒரு நாவல் வெளியானதையும் கருத்தில்கொண்டால்கூட வருடத்துக்கு நான்கு என்பது குறைவான எண்ணிக்கைதான்.

எண்ணிக்கையில் என்ன இருக்கிறது? நகுலன் சொல்வதுபோல் சொன்னால் ‘எல்லாமும்’தான்.

இத்தொகுப்பின் பொருட்டு இக்கதைகளை மீள் வாசிப்பு செய்யும்போது என்னால் சில விசயங்களை அவதானிக்க முடிந்தது. பதினான்கு கதைகள் என்ற போதும் இவை அனைத்தும் பெரும்பாலும் நிதான மான கால இடைவெளியில் எழுதப்பட்டவை. எனவே இக்கதைகள் ஒரே காலகட்டத்து மனநிலையைப் பிரதிபலிப்பவை அல்ல.

ஒரு கதைக்கான விதை எங்கு எப்போது வந்து விழும் என்று சொல்லவே முடியாது. நெருங்கிய தோழி ஒருத்தியின் பச்சிளம் குழந்தையைப் புதைத்துத் திரும்பியதும் அளிக்கப்பட்ட கறிச் சோற்றை விழுங்க முடியாமல் பட்ட தத்தளிப்பின் ஒரு சிறுதுளியைக் கடத்த முனையும் கதையே 'முன் நகரும் காலம்'. இரண்டிலும் பொதுவான அம்சம் அந்தக் குழந்தையின் மரணம் மட்டுமே.

என்னை அதிகமாகத் தொந்தரவு செய்தவற்றை எழுதிக் கடக்கும் முயற்சிகளாகவே இத்தொகுப்பின் பெரும்பாலான கதைகள் எழுதப்பட்டிருக்கின்றன. சமீபத்தில் நெட்ஃப்ளிக்ஸில் வெளியாகிக் கவனம்பெற்ற House of Secrets ஆவணப்படத் தொடர், 2018ஆம் ஆண்டு டெல்லியில் ஒரே குடும்பத்தைச் சேர்ந்த பதினொரு நபர்கள் தற்கொலைசெய்துகொண்ட நிகழ்வைப் பற்றியது. அச்சம்பவம் நடைபெற்ற காலத்திலேயே அது என்னை அலக்கழிப்புக்கு உட்படுத்தியது. இந்த ஆவணப் படத்தில் காட்சிப்படுத்தப்படுவதைப் போலவே முதலில் கொலை என்ற ரீதியில் விசாரணை நடத்தப்பட்டது. பின்பு, வெளிச் சுவரில் பதிக்கப்பட் டிருந்த பதினொரு குழாய்கள், யாகம் நடத்தப்பட்டதற்கான தடயங்கள், பல வருட டயரிக் குறிப்புகள் என்று வரிசையாக உண்மைகள் செய்திகளில் வெளிவந்தன. அந்நேரத்தில் இந்தச் செய்தியைத் தொடர்ச்சியாகப் பின்பற்றிக்கொண்டிருந்தேன். என்னவோ மனத்துள் ஒரு மூலையில் இது ஓடிக்கொண்டேயிருந்தது. எழுத்தாள நண்பர்கள் இணைந்திருந்த ஒரு வாட்ஸ்அப் குழுமத்தில் கூட இச் சம்பவத்துக்குப் பின்னாலிருக்கக்கூடிய பல்வேறு சாத்தியக்கூறுகள் பற்றிப் பேசிக்கொண்டிருந்தோம். அப்போது இதைப் பின்புலமாக வைத்து ஆளுக்கு ஒரு கதை எழுதலாம் என்று முடிவு செய்தோம். நான் மட்டும் எழுதி முடித்தேன். அது எழுதப்பட்டு ஒரு வருடம் கழித்துக் காலச்சுவடு இதழில் வெளியாகி நல்ல கவனமும் பெற்றது. கதையின் பெயர் 'புள்ளிக்குப் பதிலாக வட்டம்.' இத்தொகுப்பில் இடம்பெற்றிருக்கிறது.

ஆஸ்திரேலியாவில் வசித்தபோது உடன் சுற்றிக்கொண்டிருந்த நண்பன் அவன். என்னைவிட இரண்டுவயது மூத்தவன். நான் இந்தியாவுக்குத் திரும்பிய பிறகு ஒருநாள் இரவு அங்கிருந்து அழைத்திருந்தான். மிகவும் உற்சாகமாகப் பேசிக்கொண்டிருந்தவ னின் குரல் அவனுடைய திருமண முயற்சியைப் பற்றிப் பேசும் போது சட்டென்று தடுமாறி உடைந்துபோனது. அன்றிரவே எழுதிய கதை - 'இணை'.

பெருந்தொற்றுக் காலத்தில் வீடடைந்து சக மனிதர்களிட மிருந்து எல்லா விதத்திலும் துண்டித்துக்கொண்டு கிடந்த

காலகட்டத்தில் தினம் வீட்டுக்கு வந்து உடல் வெப்பநிலை பரிசோதிக்கும் அந்தப் பெண்ணிலிருந்து எழுதப்பட்ட கதை 'ஜன்னல்.'

இவை தவிர இதிலிருக்கும் சில கதைகள், 'நட்சத்திரவாசிகள்' நாவல் வெளிவந்து அது ஓரளவுக்குக் கவனம் பெறத் தொடங்கிய காலகட்டத்தில் பெரும் உற்சாகத்துடன் எழுதப்பட்டவை. சில கதைகள், பெருநோய்ப் பிடியின் வீடடங்கு காலத்தின் அழுத்தமான மனநிலையில் எழுதப்பட்டவை. இவை எழுதப்பட்ட நான்கு ஆண்டுக் காலகட்டம், அகத்திலும் புறத்திலும் பெரும் மாற்றங்களைக் கொண்டு வந்தவை. எனவே இக்கதைகளுக் கிடையே ஒரேவிதமான மொழியையோ பேசுபொருளையோ காணவியலாது. ஆரம்பத்தில் எழுதப்பட்ட 'சுழல்' போன்ற கதை களை இப்போது எழுதினால், இன்னும் நிறுத்தி நிதானமாய் முற்றிலும் வேறு ஒரு மொழியில் எழுதவியலும் என்றாலும் அவற்றை அந்நேரத்திய என் மொழியையும் மன அமைப்பையும் பிரதிபலிக்கும்படி அப்படியே விட்டிருக்கிறேன்.

ஒரு சிறுகதைத் தொகுப்பும் ஒரு நாவலும் வெளிவந்துவிட்ட பிறகும் என்னளவில் சவால் மிக்க புனைவு வடிவம் என்று சிறுகதையையே சொல்வேன். மற்ற இலக்கிய வடிவங்களைவிடச் செறிவும் நுணுக்கமும் கூடிவரவேண்டியதாகச் சிறுகதையே இருக்கிறது.

இதிலுள்ள ஒவ்வொரு கதையையும் அவை எழுதப்பட்ட காலத்திலேயே வார்த்தை வார்த்தையாக வாசித்து, தன் துல்லியமான விமர்சனத்தின் வழியே நான் தேர்ந்துகொள்ள வேண்டிய பாதையையும் நேர்மையாக அதை அடைய உதவும் உத்திகளையும் தொடர்ச்சியான உரையாடல்களின் வழியே கற்றுத்தந்த 'வாத்தியார்' யுவன் சந்திரசேகருக்கு நன்றியும் வணக்கமும்.

இக்கதைகள் வெளிவந்த காலத்தில், அவை பிரசுரத்துக்குப் போகும் முன்பும் பின்பும் அவற்றைத் தவறாமல் வாசித்து கருத்துகளைப் பகிர்ந்து என்னை மேம்படுத்திக்கொள்ள உதவிய நண்பர்கள் ஹரிஷ் கணபதி, விஜய ராவணன், மயிலன் ஜி சின்னப்பன், சங்கரநாராயணன், த. ராஜன், சுரேஷ் பிரதீப், வாசு முருகவேல், ஜீவ கரிகாலன், வேல் கண்ணன் ஆகியோருக்கு நன்றி. கதைகள் குறித்துத் தொடர்ந்து உரையாடியதோடு அல்லாமல் இத்தொகுப்புக்கு அற்புதமான பின்னட்டைக் குறிப்பையும் எழுதி நல்கிய நண்பர் அகர முதல்வனுக்கும் என் மனத்துள் எழும்பிய அரூபத்துக்கு உருவம்கொடுத்து அதை அழகான அட்டைப்படமாக

ஆக்கியளித்த நண்பர் அரிசங்கருக்கும் தன்னுடைய அபாரமான ஓவியங்கள் வழியே இக்கதைகளுக்குப் புதியதொரு பரிமாணத்தை ஏற்படுத்திக்கொடுத்த திண்டுக்கல் தமிழ்ப்பித்தனுக்கும் எப்போதும் அன்பு.

இக்கதைகளை வெளியிட்ட *இடைவெளி, தமிழினி, யாவரும், காலச்சுவடு, சொல்வனம், தமிழ் வெளி* ஆகிய இதழ்களுக்கும் இத்தொகுப்பைத் திறம்பட வடிவமைத்து வெளியிடும் காலச்சுவடு பதிப்பகத்துக்கும் நன்றிகள்.

1 நவம்பர் 2021
சென்னை

கார்த்திக் பாலசுப்ரமணியன்

முன் நகரும் காலம்

ஆறு மாதங்களுக்குப் பிறகு ஊர் திரும்பி
யிருக்கிறேன். யாரிடமும் முகம் கொடுத்துப்
பேசப் பிடிக்கவில்லை. வழக்கமாய்ச் சந்திக்கும்

நண்பர்களிடம்கூட இன்னும் தகவல் சொல்லவில்லை. ஊருக்குச் செல்லும் நாளை எதிர்பார்த்து ஒவ்வொரு நாளாய் எண்ணிக் கழித்த காலம் ஒன்றும் இருந்தது. சென்ற முறை ஊருக்கு வந்திருந்தபோதுகூட அத்தை வீட்டுப் பக்கம் போகவில்லை. எந்த முகத்தை வைத்துக்கொண்டு அங்குபோய் நிற்பது? ஆனால், இந்த முறை அப்படி இருந்துவிட முடியாது. அது முறையுமல்ல.

சற்று முன்புவரை எரித்துக்கொண்டிருந்த சூரியனை மேகங்கள் மறைத்து நின்றன. வெம்மையும் புழுக்கமும் உள்ளுக் குள் இருந்ததைப் போலவே வெளியேயும் வியாபித்திருந்தது. தெருவில் ஆள் நடமாட்டம் அதிகமிருக்கவில்லை. வழமை போலவே கிழவிகள் பட்டியக்கல்லில் அமர்ந்து ஊர்க்கதைகள் பேசிக்கொண்டிருந்தார்கள். குழந்தைகளைப் பள்ளிக்குக் கிளப்பி, கணவனை அலுவலகத்துக்கோ கடைக்கோ அனுப்பி வைத்துவிட்டு குளித்துக் கிளம்பி கோவிலுக்குப் போய்த் திரும்பிக்கொண்டிருந்த பெண்களில் ஒருத்திக்கு அப்படியே மல்லி சித்தியின் சாயல். தலைக்குக் குளித்து சடையைப் பின்னாமல் கடைசியில் ஒரே ஒரு முடிச்சுப் போட்டு இருந்தாள். மேலே சூடப்பட்டிருந்த கை அகல கனகாம்பரமும் அவளைப் போலவே.

பார்வையை அக்கம் பக்கம் திருப்பாமல் சென்று கொண்டிருந்தேன். சின்னத்தாயி கிழவிதான் கூப்பிட்டாள். ஊரிலே அவளுக்கு மட்டும்தான் அப்படியொரு கட்டைக் குரல் உண்டு. சிறு வயதில் அவள் வீட்டு முன் இருந்த சிறிய பொட்டலில்தான் கிரிக்கெட் விளையாடுவோம். அப்படி ஒரு நாள் விளையாடிக்கொண்டிருந்தபோது நான் அடித்த பந்து, தன் வீட்டு வாசலை ஒட்டித் தெருவில் பாய் விரித்து இராட்டை சுற்றிக் கொண்டிருந்த அவளின் பாம்படக் காதைப் பதம் பார்த்தது. அவள் என் மொத்த குடும்பத்தையும் திட்டித் தீர்த்துத் தெருவில் வைத்தாள். அதன் பிறகு நீண்ட நாட்களுக்கு அஞ்சி நடுங்கச் செய்தது அக்குரல். அதே குரலில்தான் கூப்பிட்டாள்.

“யாருய்யா . . . சுதா மவனா போறது?”

“இல்ல ஆத்தா . . . அது என் தம்பில. நான் அவுக அக்கா பரமேஸ்வரி பையன்.”

“அட . . . எனக்கு எல்லாம் ஒண்ணுதாம்ய்யா . . . எங்கேயோ டெல்லில இருக்கியாம்ல. ஊருக்கு எப்போ வந்த? எங்க இவ்வளோ தூரம்? நம்ம மதியைப் பாக்கப் போறியோ? நல்லதா நாலு வார்த்தை சொல்லிட்டு வாய்யா. எப்படியாப் பட்ட பொண்ணு அது. நிறத்துலயும் குணத்துலயும் தங்கம்.

ம்ம் . . . உனக்குத்தான் கொடுத்து வைக்கல. அவளுக்கும் இப்படி வந்து சேர்ந்துருச்சே. சரி விடு . . . நேரமும் காலமும் அப்படி யிருந்தா நீயும் நானும் மட்டும் என்ன செய்ய முடியும் சொல்லு?"

எதன் பொருட்டு ஊர்ப்பக்கம் வராமலிருந்தேனோ, எதைக் கேட்க விரும்பாமல் விலகி ஒதுங்கி ஓடினேனோ, எது நடுச்சாமங்களில் முள்ளாய் தைக்கிறதோ அதே இடத்தில் ஒரே அடியாக அடித்தாள். என் ஊமைக் காயங்கள் மேல் மிகச் சரியாக தன் சாட்டையைச் சுழற்றினாள்.

இந்த முறை பந்து அவள் பக்கம் இடம் மாறியிருந்தது.

வேகமாக நடந்தால் அதுவே தனியான கவனத்தைக் கோரும் என்பதால், இயல்பாக இருப்பது போன்ற பாவனை செய்து, அதற்கேற்ப நடையின் வேகத்தை மட்டுப்படுத்திக் கொண்டேன். வீட்டிலிருந்து நாலாவது தெருதான் என்ற போதும் நடக்க நடக்க பாதை நீண்டுகொண்டே செல்வதைப் போலிருந்தது. அன்று வீட்டுக்கு வந்து திரும்பிய அத்தைக்கும் இந்தப் பாதை இதே போல நீண்டு போயிருக்கும்தானே?

மீசையில் துருத்திக்கொண்டிருந்த முடிகளை கண்ணாடி யைப் பார்த்து கத்தரித்துக்கொண்டிருந்தேன். நான், அதீத சிரத்தை எடுத்துக்கொள்ளும் காரியங்களில் அதுவும் ஒன்று. அப்போதுதான், அப்பாவுடன் பேசிக்கொண்டிருந்த அத்தையின் குரல் காதில் விழுந்தது. அப்பாவுடன் பிறந்த மூன்று பேர்களில் தனம் அத்தைதான் இளையவள். அப்பா வுக்கும் அவளுக்கும் பதினைந்து வருட இடைவெளி இருக்கும். அதன் பொருட்டோ என்னவோ அவளிடத்தே அப்பாவின்மேல் பெரிய மரியாதையும் அதே நேரத்தில் பெண்பிள்ளைகளுக்கு தகப்பன்களிடத்தில் மட்டுமே இருக்கும் ஒருவித குழைவும் நேசமும் உண்டு. மற்றவர்களிடத்தில் இல்லாத தனித்த வாஞ்சை அவள்மேல் அப்பாவுக்கும் உண்டு.

பணம் பற்றிய பரிவர்த்தனைகளைப் பேசும்போது அத்தை அதற்கென்று தனிக்குரல் வைத்திருப்பாள். அம்மா வொன்றும் கொடுக்கிற கையைத் தடுக்கிறவள் இல்லை என்றாலும் காலம் காலமாக அது அப்படித்தான் இருந்தது. ஆனால், இந்த முறை அது பணம் குறித்தல்ல என்பதை அப்பா என்னைக் கூப்பிட்டு அனுப்பியபோதே புரிந்துவிட்டிருந்தது.

மதியழகியை மணம்முடிப்பது குறித்தான எண்ணம் எனக்குக் கிஞ்சித்தும் இருக்கவில்லை. மேலும், உறவில் பெண் எடுப்பது அறிவியல் ரீதியாக அத்தனை சரியான முடிவும் கிடையாது என்பதைக விளக்கிக் கூறி முடித்தபோது

அத்தையின் முகம் வாடியும் அம்மாவின் முகம் மலர்ந்தும் அப்பாவின் முகம் சலனமற்றும் இருந்தன.

மதி என்னைவிட மூன்று வயது இளையவள். பெரியவளாகும் நாள்வரை எங்கள் வீட்டைத்தான் சுற்றிச் சுற்றி வந்துகொண்டிருப்பாள். அப்பா எனக்கு வாங்கித் தரும் எல்லாவற்றிலும் அவளுக்கு ஒரு தனிப்பங்கு எப்போதும் உண்டு. அது குறித்து ஆரம்ப நாட்களில் எனக்கு நிறைய வருத்தமும் கூடவே பொறாமையும் இருந்தது. அப்பா உற்சாக மிகுதியில் இருக்கும் சமயங்களில் என்னையும் மதியையும் எங்கள் ஊரின் பிரதான கடைத்தெருவில் இருக்கும் ஜாக்கி பேக்கரிக்குக் கூட்டிப் போவார். அவர் தனக்கு ஐம்பது கிராம் பாதாம் அல்வாவும், கொஞ்சம் முந்திரி பக்கோடாவும் வாங்கிக்கொள்வார். எங்கள் இருவருக்கும் ஆளுக்கொரு ஃபலூடா ஐஸ்கிரீம் வாங்கித் தருவார். வெள்ளை, பச்சை, மஞ்சள், சிகப்பு என்று அடுக்கடுக்காக வைக்கப்பட்ட ஐஸ்கிரீம்களுக்கிடையே நடுவில் நேர்த்தியாக நறுக்கப்பட்ட பழத்துண்டுகளால் நிரப்பப்பட்டு ஒயிலான கண்ணாடிக் கோப்பையில் வரும் அந்த ஃபலூடாவைப் பார்ப்பதற்கே அத்தனை கவர்ச்சியாக இருக்கும். கடைசி மேலடுக்கில் முந்திரி பாதாம் பிஸ்தா கலவையோடு சாக்லேட் துகள்களும் சேர்ந்து அதற்கு ஒருவித தேவருசியை கொண்டுவந்து சேர்த்தன. அதை யார் கொஞ்சம் கொஞ்சமாக ருசித்து கடைசிவரை சாப்பிடுவது என்பதில் இருவருக்கும் போட்டி இருக்கும். ஒவ்வொரு முறையும் மதிதான் ஜெயிப்பாள். என்னால், அத்தனை பொறுமையாக இருக்கவியலாது.

குற்றாலம், திருச்செந்தூர் என்று ஊர் சுற்றும் சமயங்களில் எல்லாம் எப்போதும் அவளும் எங்களுடன் இருப்பாள். புதிதாகப் பார்ப்பவர்கள் அவளை என்னுடைய தங்கை என்றே நினைத்துக்கொள்வார்கள். அப்போதெல்லாம் நான் மட்டும் ஒவ்வொருமுறையும் அவள் என் அத்தை பெண் என்பதைக் கூறித் திருத்திக்கொண்டிருப்பேன்.

இவையெல்லாம் ஒரு நாள் திடீரென்று நின்று போனது. விசேஷ நாட்களைத் தவிர அவள் எங்கள் வீட்டுப் பக்கம் வருவதேயில்லை. அப்பாவின் முன்னால் கால் மேல் கால் போட்டு அமர்பவள், அவர் வந்தால் இருக்கையிலிருந்து எழுந்து கொள்ளப் பழகியிருந்தாள்.

அம்மாவும் அத்தையும் கல்யாண விருந்தொன்றுக்குச் செல்ல நேர்ந்த நாளில் அவளுக்குத் துணையாக என்னை அத்தை வீட்டில் இருக்கச் சொல்லிவிட்டுப் போயிருந்தார்கள். சோபாவில் அமர்ந்து டி.வி பார்த்துக்கொண்டிருந்தேன்.

அப்போதுதான் அவள் என்னை முதன் முதலாக "மச்சான்" என்று முறையிட்டு அழைத்தாள். எனக்குக் கூச்சம் பிடுங்கித் தின்றது.

"ஏய்ய் . . . என்னது மச்சான் கிச்சான்னு . . . ஒழுங்கா பேரைச் சொல்லியே கூப்பிடு."

"இல்ல ... அம்மா இனிமே இப்படித்தான் கூப்பிடணுன்னு சொல்லிருக்கு . . . இல்லன்னா வைய்யும்" இதைச் சொல்லும் போது என் முகத்தைப் பார்க்காமல் டி.வி.யைப் பார்த்தபடியே பேசினாள்.

திரும்ப அவள் அப்படிக் கூப்பிட்டுவிடாமல் இருக்கும் பொருட்டே அவளிடம் பேசுவதை முற்றிலுமாய் தவிர்க்க ஆரம்பித்தேன்.

ஆனால், அத்தை இப்படி ஒருநாள் கேட்டு வருவாள் என்று நான் நினைத்துக்கூடப் பார்த்திருக்கவில்லை. மதிக்கும் இதில் துளியும் விருப்பம் இருந்திருக்காது. அத்தைதான் அவளைக் கலக்காமல் தானாய் வந்து கேட்டிருப்பாள் என்றே நினைத்துக் கொண்டிருந்தேன். மதியின் திருமணத்துக்கு மறுநாள் பலகார பாத்திரங்களை அடுக்கிக்கொண்டிருந்தபோது சித்திதான் அதைக் கூறினாள். மதியின் விருப்பத்தின் பேரில்தான் அன்று அத்தை வந்து கேட்டுப் போனதாம்.

தனம் அத்தை தன் வீட்டில் செங்கல் ஒன்றை நகர்த்தி வைக்கவேண்டும் என்றால்கூட அப்பாவிடம் வந்து அபிப்பிராயம் கேட்பவள். மதி திருமணத்துக்குப் பத்திரிக்கை அடித்து பின் அதைக் கொடுக்க வரும்போதுதான் கல்யாண சேதியையே கூறினாள். அதில், அம்மாவுக்கும் அப்பாவுக்கும் அத்தையின்மேல் தீராத வருத்தம். என் பொருட்டு அண்ணன் தங்கைக்குள் மனத்தாங்கலாகிப் போனது.

திருமணம் நிச்சயம் ஆனதிலிருந்து ஒரு வார்த்தைகூட மதியிடம் நான் பேசியிருக்கவில்லை. அதற்கான அவசியமும் ஏற்படவில்லை. இந்த நான்கு வருடங்களில் ஓரிருமுறை ஊர்த்திருவிழாவின் போது மதியை புருசனோடு பார்த்தது. மதிக்குப் பார்த்திருந்த பையன் அவளுடைய அப்பா வழியில் தூரத்துச் சொந்தம். உயரம், உடல்வாகு, நிறம் என எல்லா வற்றிலும் மதியழகிக்குப் பொருத்தமாகவே இருந்தான். எல்லாம் பொருந்தியிருந்தும் கல்யாணமாகி நான்கு வருடங் களாக குழந்தை உண்டாகியிருக்கவில்லை. அதுவே பெரும் குறையாக இருந்தது அவர்களுக்கு. எல்லா வேண்டுதல் களுக்குப் பின்னர் பிறந்த அந்தக் குழந்தைதான் விஷக் காய்ச்சல்

கண்டு முந்தின நாள் இறந்தும் போய்விட்டிருந்தது. நான்கு வருடங்கள் கழித்துப் பிறந்த குழந்தை முழுதாக நாலு மாதங்கள்கூட மண்ணில் தங்கவில்லை.

ஏனோ இந்தச் செய்தி கேட்டதும் இருப்பு தங்கவில்லை. அம்மாவுக்கு உடம்பு சரியில்லை என்று பொய்க் காரணம் சொல்லி விடுப்பெடுத்துக் கொண்டுவந்து நிற்கிறேன். டுரோண்டோ, பேருந்து என முப்பது மணி நேரத்துக்கும் மேலான பயணக் களைப்பையும் மீறி மதியைப் பார்க்கவே அவள் வீட்டுக்குச் சென்று கொண்டிருக்கிறேன். எனக்கே இது புதிதாய் இருந்தது.

வாசலில் செம்பருத்திப்பூக்கள் உதிர்ந்து வருவோர் போவோர் கால்களில் மிதிபட்டு நைந்து போயிருந்தன. செருப்பை வெளியே கழற்றிவிட்டு வலதுகால் பாதத்தை ஒரு பக்கமாய் மடக்கி, சிதறியும் சிதைந்துமிருந்த செம்பருத்திப் பூக்களை மேலும் யார் காலிலும் படாதவாறு மெதுவாக ஓரமாய்த் தள்ளினேன்.

கம்பிகளின் இடைவெளியில் நடுவிரலையும் ஆட்காட்டி விரலையும் லாவகமாய் நுழைத்து தாழ்ப்பாளை எம்பித் தள்ளி சாத்தியிருந்த கிரில் கதவைத் திறந்துவிட்டேன். ஒரு முறை 'கிரீச்சிட்டு' கதவு திறந்துகொண்டது. வேட்டியை ஒருமுறை தளர்த்தி, பின் இறுக்கிக் கட்டிக்கொண்டேன். உள்ளங்கைகள் வியர்த்திருந்தன. வேட்டியில் இழுவி உலர்த்தினேன்.

கைகடிகாரத்தில் மணி பன்னிரெண்டைத் தொட்டிருந்தது. மேகம் விலகி வெயில் உச்சியில் இறங்கியது. கண்ணில் பட்ட பொருட்களிலெல்லாம் ஒளி பட்டுச் சிதறியது. ஒருக்களித்துச் சாத்தியிருந்த கதவை லேசாகத் திறந்து 'மதி' என்று குரல் கொடுத்தேன். உள்ளே விடிவிளக்கு மட்டும் எரிந்துகொண்டிருந் தது. ஜன்னல் எல்லாம் அடைக்கப்பட்டு இந்த மதியத்திலும் இருள் கவிந்து இருந்தது. வயர் வைத்துப் பின்னப்பட்ட மரசோபாவில் தலைக்கு கையை அண்டங்கொடுத்து மதி தூங்கிக்கொண்டிருந்தாள். அடுத்த அழைப்புக்கு வெடுக்கென எழுந்தவள் "மச்சான் வாங்க வாங்க" என்றவாறு கதவைத் திறந்தாள். இரு கையையும் உயர்த்தி தலையை அள்ளி முடிந்தவள், சேலையை இழுத்து சரி செய்துகொண்டாள். அழகாக இருந்தாள்.

நான் உள்ளே வந்ததும் ஒரு கதவை வெளிச்சம் வரும்படி நன்றாகத் திறந்துவிட்டாள். ஜன்னலில் தொங்கவிடப் பட்டிருந்த திரைச்சீலைகளை அகற்றியவாறே, "அவுக டெத்

சர்ட்டிஃபிக்கேட் வாங்க யாரையோ பாக்க போயிருக்காங்க. இப்ப வந்துருவாங்க. நீங்க உக்காருங்க" என்றாள்.

அங்கிருந்த சோபாவை ஒட்டிப் போடப்பட்டிருந்த தனி நாற்காலி ஒன்றை இழுத்துப் போட்டு அமர்ந்தேன். என்ன பேசுவது எங்கே ஆரம்பிப்பது என்று தெரியாமல் விழித்துக் கொண்டிருந்தேன். வீடு துடைத்து வைத்ததைப் போலச் சுத்தமாக இருந்தது. உச்சி மதியத்திலும்கூட தரையில் பாவப் பட்டிருந்த கொல்லஞ் செங்கல்லில் குளிர் ஏறியிருந்தது. மதி யுடைய கல்யாணப் புகைப்படம் உள் வாசல் நிலைக்கு மேல் ஆணியில் தொங்கவிடப் பட்டிருந்தது. தேவைக்கு அதிகமாக ஒரு பொருள் இல்லை. அங்கே குழந்தை ஒன்று இருந்ததற் கான சிறு தடயமும் கண்ணில் படவில்லை.

எங்கள் இருவருக்குமிடையே அந்த அறையெங்கும் படர்ந்திருக்கும் மவுனத்தை ஊடறுக்கும் ஒரு சொல்லைத் தேடி அலைந்துகொண்டிருந்தேன்.

அவளே ஆரம்பித்தாள் "என்ன மச்சான் . . . லீவுக்கு வந்திருக்கீங்களோ?" அவள் என்னவோ இயல்பாகக் கேட்டாலும் எனக்குக் குத்தியது. அவளின் பொருட்டு வந்திருக்க மாட்டேன் என்ற அசாத்திய நம்பிக்கை அவளுக்கு. நான் பொதுவாக ஆமாம் என்பதாய்த் தலையாட்டினேன்.

"மச்சான் . . . வேட்டியெல்லாம்கூட கட்டுறதுண்டோ?" அந்தக் கேள்வியில் முறைப்பெண்களுக்கே உரித்தான ஒருவித கேலி இருந்தது.

"ஆமா . . . எப்பவாச்சும் . . . இப்படி ஊர்ப்பக்கம் வந்தா கட்டுறதுண்டு" என்று பதில் சொல்லிவிட்டு எப்படி ஆரம்பிக்கலாம் என்று நான் யோசித்துக்கொண்டிருந்தேன். அணிற்பிள்ளையொன்று மூலையில் சாய்த்து வைக்கப் பட்டிருந்த பாயினுள் இருந்து எட்டிப் பார்த்தது.

அவளே மறுபடியும், "நீங்க தங்கியிருக்கிற எடத்துல இருந்து ஆக்ராவெல்லாம் பக்கமாமே . . . தாஜ்மஹால்லாம் பாத்துட்டீங்களா?" என்று கண்கள் விரிய ஆச்சரியமாய்க் கேட்டாள். அது எனக்குச் சுத்த அபத்தமாய்ப் பட்டது.

"ம் . . . போயிருக்கேன் . . . பெரிசா சொல்லிக்கிற மாதிரி அப்படியொண்ணுமில்ல. வெறும் சலவைக்கல்லு."

"அத்த சொல்லிருக்கு வெயில்ல அலையிற வேலைண்ணு. அதான் ஆளு கொஞ்சம் கறுத்துப்போயிட்டீக . . . மெலியவும் தெரியுது."

உண்மையிலேயே கரிசனப்பட்டாள்.

"ம்ம் ..." – எனக்கு வார்த்தைகள் ஒன்றும் வெளிவரவில்லை. மனது சுவம்பியிருந்தது.

"நேத்து இராப்போதுக்கும் அத்தை இங்கதான் இருந்தாக. ஆனா நீங்க வர்றதப் பத்தி ஒரு வார்த்தைகூட சொல்லவே யில்ல."

"மறந்துருப்பாங்க."

"என்ன மச்சான் இப்படி அளந்தளந்து பேசுறீங்க!"

"அ . . . அப்படியெல்லாம் ஒண்ணுமில்ல . . ."

"ஒரே நிமிசம் இருங்க டீ போட்டு எடுத்து வாறேன்."

"அதெல்லாம் ஒண்ணும் வேணாம் விடு பிள்ள . . . வெயில் கொளுத்துது."

காதில் வாங்கிக்கொள்ளாமல் அடுக்களைக்குள் சென்றவள், திரும்பிப் பார்த்து ஒரு முறை புன்னகைத்தாள். பெரிய டம்ளர் நிறைய மோரை நிறைத்துக்கொண்டு வந்திருந்தாள்.

"இது அடிக்கிற வெயிலுக்கு இதமாக இருக்கும். வயித்துக்கும் குளிர்ச்சி" என்றவாறு டம்ளரைக் கொடுத்து விட்டு என் நாற்காலிக்கு எதிரேயிருந்த நிலையில் சாய்ந்தபடி தரையில் இடது காலை மடக்கி வலது காலை மட்டும் குத்த வைத்து உட்கார்ந்துகொண்டாள்.

குடிக்க மனமொப்பாமல் கையில் வைத்துக்கொண்டே வீட்டையே நோட்டம் விட்டுக்கொண்டிருந்தேன். "ம். குடிங்க" என்று விரட்டினாள். ஒரே மிடறுதான் என்றாலும் அமிலமாக உள்ளிறங்கியது.

ஒருவழியாக எங்கே தொடங்குவது என்று கண்டு கொண்டேன், "பேரு என்ன வச்சுருந்தீங்க?"

"அகரன் . . . பேரு நல்லாருக்கில்ல. அவங்க குலதெய்வம் பேரு வர்ற மாதிரி வைக்கணும்ன்னு அவுக அம்மா ஒத்தக் கால்ல நின்னாக. இவுங்க தி.க.யில்ல. முடியாதுன்னுட்டு இப்படிப் பேரு வச்சாக. ஆனாலும் எங்க அத்தை இப்ப வரைக்கும் அகர கருப்பன்னுதான் கூப்பிட்டிட்டு இருந்தாக. இதுகூட ஒரு மாதிரி நல்லாத்தான் இருக்கில்ல. நான்கூட சேட்டை பண்ணும்போதும் கொஞ்சும்போது டேய் கருப்பான்னு தான் கூப்பிடுவேன்" மறுபடியும் "அகர கருப்பன்" என்று கூறி மீசையை முறுக்கிவிடுவது போல பாவனை செய்து சிரித்துக் கொண்டாள்.

"ந . . . நல்ல பேரு."

என்னால் அங்கிருக்க இயலவில்லை. என்னை வெகுவாக எதுவோ ஒன்று தொந்தரவு செய்தது. அங்கு எதுவுமே இயல்பாக இருக்கவில்லை. சகல ஒழுங்குடன் நேர்த்தியாக இருந்த அந்த வீடு என்னை அதற்கு மேல் அங்கேயிருக்க அனுமதிக்கவில்லை. அதன் குளிர்ச்சி என்னை உறைய வைத்தது. எல்லாவற்றுக்கும் மேல் அங்கு நிலவிய அமைதியைக் குலைத்துக்கொண்டிருந்தது மதியின் உரையாடல். அங்கிருந்து எப்படியாவது தப்பி வந்து விட்டால் போதுமென்றிருந்தது. கூடவே ஆத்திரமும் கோபமும் பொங்கிப் பொங்கி வந்தது.

"சரி மதி... நான் அப்புறம் வர்றேன். அண்ணன் வந்தாருன்னா நான் வந்துட்டுப் போனேன்னு தகவல் சொல்லிடு."

"செத்த இருங்க மச்சான். அவரு இப்போ வந்துடுவாரு"

"இல்ல பரவாயில்ல . . . பத்து நாள் இங்கதான் இருப்பேன். அடுத்து வர்றேன்" என்று சொல்லி எழ முற்பட்டேன்.

எனக்கு அங்கே ஒரு நிமிடம்கூட இருக்கப் பிடிக்கவில்லை. விட்டால் அவளை ஓங்கிக் கன்னத்தில் நான்கைந்து அறை விட்டுவிடுவேனோ என்று பயந்தேன். அப்படி ஏதேனும் அசம்பாவிதம் அரங்கேறும் முன் நான் அங்கிருந்து வெளியேறி விடுதலே இருவருக்கும் நல்லது என்று பட்டது.

வாசலில் அப்போதுதான் உதிர்ந்தது போல் செம்பருத்தி ஒன்று கிடந்தது. கிரில்லைத் திறந்து வெளியேறும்போது நீண்ட காலத்துக்குப் பிறகு என்னை ஒருமையில் பெயர் சொல்லி அழைத்தவள், "அடுத்து வீட்டுக்கு வரும்போது ஜாக்கில இருந்து ஒரு ஃபளூடா வாங்கிட்டு வர்றியா. என்னமோ . . . சாப்பிடணும் போல இருக்கு" என்றாள்.

தெருவில் இறங்கி நடந்துகொண்டிருந்தபோது எல்லாம் மறந்துபோய் வாசலில் அவள் கேட்டது மட்டும் திரும்பத் திரும்ப காதில் ஒலித்துக்கொண்டே இருந்தது. அடுத்த பத்து நாட்களில் அவள் வீட்டுக்குப் போகவேயில்லை. இனி எப்போதும் போகப் போவதாகவும் இல்லை.

சுழல்

திங்கட்கிழமை காலைப்பொழுதுகளின் வழமையான சலிப்போடு மழிக்கும் கத்தியின் கூர்முனைத் தீட்டலுக்கு இலக்கான சிறு பிம்பிள் மொட்டுடைப்பின் எரிச்சலும் சேர்ந்துகொண்டது. எவ்வளவு கவனத்துடன் செயல்பட்டாலும் சில

தற்செயல்களின் கிடுக்குப்பிடிக்குள் சிக்காமல் தப்பிப்பது அத்தனை சுலபமாக இருப்பதில்லை. திங்களன்று பார்த்துக் கொள்ளலாம் என்று ஒதுக்கிவைத்துவிட்டு வெளியேறிய வெள்ளிக்கிழமையின் குவிக்கப்பட்ட அலுவலக வேலைகள் வேறு ஒவ்வொன்றாகக் கண்முன்னே வந்து இருந்த எரிச்சலை இன்னும் அதிகப்படுத்தியது.

கண்ணாடியிலிருந்து கண்ணை நகர்த்தி சாப்பாட்டு மேசையைப் பார்த்தேன். மதிய உணவு கட்டி வைக்கப்பட்டிருந்தது. பக்கத்திலிருந்த காபி மேக்கரில் புதிதாய் வடித்து வைக்கப்பட்டிருந்த காபி சொட்டுச் சொட்டாய் இறங்கிக் கொண்டிருந்தது. கயல் அலுவலகம் கிளம்பிவிட்டிருக்கிறாள். அவளோடு நின்று நிதானித்துப் பேசி ஒரு வாரமாவது ஆகியிருக்கும் என்ற உண்மை உறைத்தபோது ரேஸரின் கூர்மைக்கு ஒரு சொட்டு இரத்தத்தைக் கொடையளிக்க வேண்டியிருந்தது. ஒற்றியெடுக்கப்பட்ட ஓல்டு-ஸ்பைஸ், கன்னத் தோலின் நுண்துளைகள் வழியே உள்ளேற்றிய குளிர்ச்சி அந்தக்கணத்துக்கான ஆசுவாசத்தைக் கொடுத்தது. ஆனால் அதன் கடும் நெடி கயலுக்குச் சுத்தமாகப் பிடிக்காது. நான்கு நாட்கள் மழிக்காமல் விடப்பட்டு ஒழுங்கு செய்யப்பட்ட தாடியே அவளது விருப்பம்.

அவள் சமீபமாக நிறையக் குழம்பிப்போயிருக்கிறாள். தேவையில்லாமல் போட்டுத் தன்னைத்தானே அலைக்கழித்துக் கொள்கிறாள். எத்தனை கலகலப்பாக இருந்தவள் இப்போது மவுனத்தைத் தரித்து வந்து நிற்கிறாள். நானும்கூட இன்னும் கொஞ்சம் கவனமெடுத்து அவளுடைய பிரச்சினைகளுக்குக் காது கொடுத்திருக்க வேண்டும் என்று இப்போது தோன்றுகிறது. ஆனால், அவளுடைய கவலையெல்லாம் எத்தனை அபத்தமானது என்பது ஏன் அவளுக்குப் புரியமாட்டேன் என்கிறது?

திருமணமாகி புதிதாகக் குடிவந்த முதல் வாரத்தில்தான் இதெல்லாம் ஆரம்பமாகியது. வேளச்சேரியின் நூறடி சாலைக்குப் பக்கத்தில் புத்தம் புதிய வீடொன்று வாடகைக்குக் கிடைத்தது. தினமும் அவளின் அலுவலகப் பேருந்து வீட்டு வாசலில் வந்து ஏற்றிக்கொண்டு போகிறது. எனக்கும் இருபது நிமிட பயணத்தில் அலுவலகம். தட்டுமுட்டுச் சாமான்களிலிருந்து தங்கத் தாம்பாளம் வரை எல்லாம் கிடைக்கும் பெருநகர வீதி ஒரு சிறு நடையில் அடையும் தூரத்திலிருக்கிறது.

வீட்டுக்குத் தேவையான பெரும்பாலான பொருட்களை இரு வீட்டிலுமிருந்து வந்து தங்கி வாங்கிக் கொடுத்துவிட்டு, அடுத்த ஒரு வாரத்துக்குத் தேவையான தோசை மாவைக்கூட அரைத்து ஃப்ரிட்ஜில் ஏற்றிவிட்டே கிளம்பியிருந்தார்கள். விட்டுப்போன ஒரு சில பொருட்களை மட்டும் நாங்களே

வாங்கிக்கொள்ளலாம் என்று திட்டம். அப்படித்தான் அன்று பிரட் டோஸ்டர் ஒன்றைத் தேடிக்கொண்டிருந்தோம். தேடியது என்னவோ கூகிளில். ஆனால், அடுத்த ஒரு வாரத்துக்கு பேஸ்புக், இன்ஸ்டாகிராம் என்று இணையத்தில் எந்தப் பக்கம் திரும்பினாலும் விதவிதமான பிரெட் டோஸ்டர்கள் தங்களை வாங்கிக்கொள்ளச் சொல்லி வரிசைகட்டி நின்றன.

அவற்றைப் பார்த்துவிட்டு நான்தான் கயல்விழியை அழைத்து, அதன்பின் இருக்கும் தொழில்நுட்பச் சூத்திரங்களைப் பற்றிச் சொல்லிக்கொடுத்துக் கொண்டிருந்தேன். இவையெல்லாம் சங்கமிக்கும் தகவல் பெருங்கடலில் அடிக்கும் அலையின் தெறிக்கும் சிறு துளியே என் வேலை.

அடுத்த நாள் ஒரு பிரபல எலக்ட்ரானிக்ஸ் பொருட்கள் விற்கும் கடையிலிருந்து அவளது அலைபேசி எண்ணுக்கு ப்ரெட் டோஸ்டர் பத்து சதவீதக் கழிவில் இருப்பதாகக் குறுஞ்செய்தி வந்தது. தன் முட்டைக் கண்கள் விரிய என்னிடத்தில் அதை எடுத்துவந்தவளுக்கு, என் மொபைலில் தேடிய அதே கம்பெனி டோஸ்டர் குறித்து எப்படி அவள் எண்ணுக்குக் குறுஞ்செய்தி வந்தது என்பது தாங்கவியலாத ஆச்சரியத்தை அளித்தது.

எங்காவது பொருட்கள் வாங்கிய இடத்தில், மாலில் அல்லது இணையத்தில் எங்கேனும் ஒரு தளத்தில் என் மின்னஞ்சலும் அவளுடைய அலைபேசி எண்ணும் இணைக்கப்பட்டிருக்கக் கூடும். எனவே அப்படிச் சேகரிக்கப்பட்டிருக்கும் இடத்திலிருந்து எடுக்கப்படும் தகவல் என் மின்னஞ்சலோடு அவள் எண்ணையும் சேர்த்துத் தந்திருக்கும்; இல்லாதுபோனால் கொட்டிக்கிடக்கும் தகவல்களில் என்னுடைய மனைவி யார் என்பதைத் தேடித் துழாவி அவளுக்கென்றே பிரத்தியேகமாக அந்தக் குறுஞ்செய்தியை அனுப்புவதொன்றும் அத்துணை அசாத்திய காரியமில்லை என்பதை அவளிடம் விளக்கிக் கூறினேன்.

அதன்பின் அவளுக்கு இணையத்தில் பொருட்களை வாங்குவதில் ஆர்வம் படிப்படியாகக் குறைந்துபோனது. விலை மலிவாகக் கிடைக்கும் என்றபோதும்கூட இணையத்தில் வாங்குவதென்றால் வேண்டாம் என மறுத்தாள். கொஞ்சம் கொஞ்சமாக அப்படி இணையத்தில் வாங்குவதையே வெறுக்கும் ஒரு நிலையை அடைந்திருந்தாள். எனக்கு இது சற்று அதீதமென்றே தோன்றினாலும் அதிலொன்றும் அத்தனை பெரிய பாதகமிருக்கவில்லை. நான்கு எட்டில் கடைத்தெரு இருக்கும்போது இணையத்தில் வாங்கியே ஆக வேண்டிய அவசியமென்ன இருக்கிறது? அதனால் அதன்பின் வீட்டுக்குத்

தேவையாயிருந்த டீப்பாய், பீன்-பேக், சுவரில் மாட்டி வைத்துக் கொள்ளும்படி மரத்தில் செய்யப்பட்ட பூஜை அலமாரி, சுவர் வண்ணத்துக்குப் பொருத்தமான திரைச்சீலைகள், இன்னும் சில அலங்காரப் பொருட்கள் என அத்தனையையும் அருகிலிருந்த நூறடி சாலையிலேயே வாங்கினோம். ஒரேயடியாக வாங்காமல் இப்படியாகத் தேவையை அனுசரித்து கொஞ்சம் கொஞ்ச மாகப் பொருட்களைச் சேர்த்துக்கொண்டிருந்தோம்.

திருமணத்துக்கு வரவியலாத நண்பர்கள் இணைந்து கோபாணி என்றழைக்கப்படும் கோதண்டபாணியின் வீட்டில் வைத்து எங்களுக்கு விருந்துக்கு ஏற்பாடு செய்திருந்தனர். அப்போது அவர்கள் வீட்டில் பார்த்த காபி மேக்கர் எங்களிரு வருக்கும் மிகவும் பிடித்துப்போனது. ஒரு நவீன மாடல் அழகியைப் போலிருந்த அதன் வடிவமைப்பைச் செய்தவன் நிச்சயமொரு கலைஞனாகத்தான் இருக்க வேண்டும் என்பதில் அங்கு யாருக்கும் மாற்றுகருத்து இல்லை. அதை அவர்கள் ஒரு பிரபல இணையதளத்தின் வழி வாங்கியிருந்தார்கள். பொதுவாக அந்த குறிப்பிட்ட பிராண்ட் காபி மேக்கர்கள் வெளிக் கடைகளில் கிடைப்பதில்லை. எனவே, இணையத்தில் வாங்கி விடுவதே நல்லது என்றனர். அதுவரை அதன் வடிவமைப்பை மெச்சிக்கொண்டிருந்தவள் அதன் பின் வீடு வந்து சேரும் வரை யிலும் அந்தக் காபி மேக்கரைப் பற்றி ஒரு வார்த்தைகூடப் பேசவில்லை.

இரவுணவை முடித்துவிட்டு ஆற அமரப் பேசிக்கொண் டிருந்த மறுநாள் நான்தான் அதைப் பற்றி ஆரம்பித்தேன்.

“கயல், நாம ஏன் அந்தக் காபி மேக்கரை அவங்க சொன்ன இடத்திலேயே ஆர்டர் போடக்கூடாது?”

அதைப்பற்றிப் பெரிதாக அலட்டிக்கொள்ளாத குரலில், “இல்ல . . . வேண்டாம் பிரதீப்” என்றாள்.

“அதான் ஏன்னு கேக்கிறேன்?”

“ஒண்ணுமில்ல . . . என்னதான் இருந்தாலும் நேர்ல கண்ணால பார்த்துப் பார்த்து வாங்கிற மாதிரி இருக்காதில்ல. பின்னாடி எதாவது பிரச்சினைனாலும் கஷ்டம்.”

“நாம என்ன ஆன்லைன்ல வாங்கவே வாங்காத ஆளா? அதேபோல மாடல் இங்கே கிடைக்காதுன்னு கோபாணி சொன்னாரே”

“மாடல்ல என்ன இருக்கு? விடு!”

அவளுடைய மனவோட்டம் புரிந்தது. சரி, இதைப் பற்றி இனி பேச வேண்டாம் என்று அமைதியாக இருக்க முயன்றேன்.

ஆனால், இதை இப்படியே விடுவது சரியாக இருக்காது என்று தோன்றியது.

"நீ ஏன் இப்படி இருக்க?"

"எப்படி இருக்கேனாம்" இதைச் சொல்லும்போது அவளும் ஒரு சண்டைக்குத் தயாராகும் பாவனையில் என்னைப் பார்த்துத் திரும்பி உட்கார்ந்துகொண்டாள்.

"உனக்கு பயம். நெட்ல எல்லா விசயத்தையும் நமக்குத் தெரியாம எடுத்துடுவாங்க. இல்ல யாராவது நம்மகிட்ட யிருந்து திருடிடுவாங்க அப்படினெல்லாம் தேவையில்லாம பயப்படுற நீ" – உண்மையில் அதையும் மீறிய அதீத பயத்தால் அவள் பீடிக்கப்பட்டிருந்தாள்.

"அதான் தெரியுதில்ல. எனக்குப் பிடிக்கல. பயம்ன்னு. அப்புறமும் ஏன் அந்தக் காபி மேக்கரையே வாங்கணும்ன்னு அடம்பிடிச்சுட்டு இருக்கிற நீ", சட்டெனச் சீறினாள்.

அதில் ஆரம்பித்து, கொஞ்சம் கொஞ்சமாகப் பெரிதாகிய சண்டைக்கு டி.வி. ரிமோட்டை இரைகொடுத்துவிட்டு ஆளுக்கு ஒருபக்கம் திரும்பிப் படுத்துத் தூங்கிப் போனோம்.

மறுநாள் காலையில் என்னை அதிரதிர எழுப்பியவளின் முகம் பயத்தில் வெளிறியிருந்தது. எங்கே எந்த நேரத்திலும் வெளியே வந்து விழுந்துவிடுமோ என்றிருந்த அவள் கண்களைத் தாங்கிப் பிடிக்க அனிச்சையாக என் கைகள் அவள் முன்னால் நீண்டன. அவள் தன் கையிலிருந்த மொபைலை எடுத்து என் கண் முன்னே நீட்டினாள். அதன் வெளிச்சத்தில் கூசிய கண்களை ஒருமுறை அழுந்தத் துடைத்துவிட்டுப் பார்த்தேன். நாங்கள் பேசிக்கொண்டிருந்த அதே காபி மேக்கர் பற்றிய விளம்பரம் அவள் காட்டிய மொபைல் திரையில் ஓடிக்கொண்டிருந்தது. அதுவும் எங்கு வாங்க வேண்டும் என்று சொன்னேனோ அதே தளத்தின் முத்திரையோடு.

குளிப்பதற்காக முடிந்த கொண்டையும் தோளில் துண்டு மாய் வந்து நின்றவளை கையைப் பிடித்து இழுத்து பக்கத்தில் அமர்த்தினேன். இது வெறும் தற்செயல்தான் என்று சமாதானப் படுத்தினேன். அவள் அதை நம்பவில்லை. நான் அதன்பின் அந்தக் காபிமேக்கர் குறித்து இணையத்தில் அதற்கு முன்போ பின்போ எப்போதாவது தேடியிருந்தேனா என்பதைத் திரும்பத் திரும்பக் கேட்டுக்கொண்டிருந்தாள். இருபதுமுறைக்கும் மேல் கேட்டிருப்பாள். அத்தனை முறையும் பொறுமையாக இல்லை என்பதையே பதிலாகச் சொல்லிக்கொண்டிருந்தேன். ஆனால், அவள் சமாதானம் ஆனதாய்த் தெரியவில்லை.

அந்த விளம்பரம் வந்த செயலியை அதிலிருந்து நீக்கினேன். திரும்ப பிளே ஸ்டோரில் போய் அதைத் தரவிறக்கினேன். பின்பு, அதனை உயிர்ப்பிக்கும்போது காட்டிய நிபந்தனைகளை ஒவ்வொன்றாக அவளிடம் வாசித்துக் காட்டினேன். அது, அந்த மொபைலின் 'மைக்ரோஃபோன்' வசதியையும் பயன்படுத்திக் கொள்ளும் அனுமதியையும் கோரியது. அதன் வழியாக நாம் பேசும் எதையும் பதிவு செய்துகொள்ளும், பின் அதையே சில நவீன தொழில்நுட்பங்களின் உதவியோடு புரிந்துகொண்டு அதற்குத் தகுந்தாற்போல விளம்பரங்களை வெளியிட்டிருக்கும் என்பதைப் பொறுமையாக எடுத்துக் கூறினேன்.

அடுத்த நாள் அந்தக் காபி மேக்கரை மொபைலில் ஆர்டர் செய்தாள். ஆர்டர் போட்ட நாளிலிருந்து அந்த விளம்பரம் வந்த செயலியை நொடிக்கொருதரம் எடுப்பதும் திறப்பதும் எதையோ தேடுவதுமாக இருந்தாள். எல்லாவற்றையும் கவனித்துக்கொண்டிருந்தும் அதைப்பற்றி அவளிடம் ஒரு வார்த்தையும் கேட்டுக்கொள்ளவில்லை.

இரண்டு நாட்கள் கழித்து அவளே என்னிடம் வந்து, "பிரதீப் ... நான் ஆர்டர் போட்ட அடுத்த நாள்ல இருந்து அந்த விளம்பரம் வர்றதேயில்லை. நல்லா செக் பண்ணிட்டேன்ப்பா" என்றாள்.

நான் பதிலேதும் கூறாமல் மையமாகப் புன்னகைத்தேன்.

"அப்போ நான் என்ன வாங்கணும் அதையும் எங்க வாங்கணும்ன்னுகூட எங்கிருந்தோ எவனோ ஒருத்தன்தான் முடிவு பண்றான் இல்ல?" என்று கேட்டவளின் குரலிலிருந்த நடுக்கத்தை பெண்டுலமாக மாறி மாறி ஆடிய அவளின் கண்பாவைகளும் எதிரொளித்தன.

அவளால் ஒரு சின்ன மொபைல் வழியே இத்தனை பெரிய வலைப்பின்னல் சாத்தியம் என்பதைக் கற்பனைகூட செய்து பார்க்க முடியவில்லை. அன்றிலிருந்து அடுத்தடுத்த நாட்கள் அந்தச் செயலியை உயிர்ப்பித்துவிட்டு வேண்டுமென்றே ஏதேனுமொரு சந்தைப் பொருளைப் பற்றிப் பேசிக்கொண் டிருப்பாள்.

அதன் பின்பு, ஏதாவது முக்கியமான விசயங்களைப் பேசிக் கொண்டிருக்கும்போது, எங்கள் இருவரது மொபைலையும் எடுத்து பக்கத்து அறையில் கொண்டுபோய் வைத்துவிட்டு வர ஆரம்பித்தாள். ஒருமுறை அதிகாலைப் புணர்வின்போது பாதியில் துள்ளியெழுந்தவள், படுக்கைக்கு அருகிலிருந்த மரப்பலகையில் வைக்கப்பட்டிருந்த இரண்டு மொபைல்களையும் அள்ளி யெடுத்து அறைக்கு வெளியே வீசியெறிந்தாள்.

வாட்ஸ்அப் போன்ற செயலிகள் இல்லாமல் அவளைத் தொடர்புகொள்வது கடினமாக இருக்கிறது என்று எத்தனையோ முறை சொல்லியும்கூடக் கேட்காமல் ஸ்மார்ட் போனிலிருந்து சாதாரண மொபைலுக்கு மாறினாள். அது தனக்கு அளப்பரிய சுதந்திரத்தைக் கையளித்திருக்கிறது என்று மகிழ்ச்சியாகத் திரிந்தாள். எல்லாம் ஒரு வாரத்துக்கு மட்டுமே.

அடுத்து வந்த நாட்களில் என்னுடைய மொபைல் அவளுக்கு மிக அதிக தொந்தரவை அளித்தது. என்னுடைய மொபைலை எடுத்து ஒவ்வொன்றாக நோண்ட ஆரம்பித்தாள். அதிக உபயோகமற்ற செயலிகளை அதிலிருந்து நீக்கினாள். என்னுடைய அலுவல் சம்பந்தமான சில செயலிகளும் அதில் இருக்கிறதென்பதால் அவளால் அதற்கு மேல் ஒன்றும் செய்ய முடியவில்லை.

ஒருநாள் என் கனவில் தலைவிரி கோலத்தில் ஒரு பெண் சுவரை முட்டி முட்டி அழுதுகொண்டிருந்தாள். அவளின் தலையிலிருந்து பீய்ச்சிய இரத்தம் நெற்றியின் வழி வடிந்து, அந்தச் சுவர் முழுவதையும் நனைத்து, தரையிலும் பற்றிப் படர்ந்தது. ஆயிரக்கணக்கான ஆண்டுகளின் அடர்ந்த துயரத்தைத் தாங்கியிருந்த அந்தக் குரல் அவ்விரவின் அமைதியைக் குலைத்து என்னை என்னவோ செய்தது. அது என் பாட்டியின் குரல். என் அம்மாவின் குரல். கயல்விழியின் குரல். அதற்கு மேலும் அதைத் தாங்க முடியாமல் தூக்கத்திலிருந்து பயந்து எழுந்தேன். உண்மையிலேயே, தன் முட்டியைக் குவித்துவைத்து, அதில் முகம் புதைத்து கயல்விழிதான் கதறி அழுதுகொண்டிருந்தாள்.

எத்தனை முயன்றும் அவளை ஆற்றுப்படுத்தவே முடிய வில்லை. கண்ணீர் வற்றாமல் வந்துகொண்டேயிருந்தது. சிறு பிள்ளையைப் போலத் தேம்பித் தேம்பி அழுதுகொண்டிருந்தாள். என்னால் சகிக்கவே முடியாத அழுகைச் சத்தம். பல மணிநேரச் சமாதானப்படுத்தலுக்குப் பிறகு அவள் இயல்பு நிலைக்கு வந்து என் மடியிலேயே படுத்துத் தூங்கிப் போனாள்.

வழக்கம்போலத் தூக்கம் பிடிக்காமல் எனது மொபைலை எடுத்து நோண்டிக்கொண்டிருந்திருக்கிறாள். அப்போது என் மொபைல் திரையில் பளிச்சிட்ட விளம்பரமே அவளை இத்தனை அழுகைக்கு உட்படுத்தியிருந்திருக்கிறது. அடையாரில் இருக்கும் ஒரு பிரபல மனநல மருத்துவர் பற்றிய விளம்பரம் அது.

அதற்கு முந்தைய இரண்டு நாட்களாகத்தான் மனநல மருத்துவர் ஒருவரைப் போய்ச் சந்திக்கலாமா என்று அவள் தனக்குள் யோசித்துக்கொண்டிருந்திருக்கிறாள். இதைப் பற்றி யாரிடமும் அவள் பேசியிருக்கவில்லை. அது மற்றவர்களிடம்

பகிர்ந்துகொள்ளும் விசயமும் இல்லைதானே? என்னிடம்கூட அதைப்பற்றி அவள் ஒரு வார்த்தையும் சொல்லியிருக்கவில்லை.

தான் மனதுக்குள் மட்டுமே யோசித்துக்கொண்டிருந்த ஒரு விஷயம் எப்படி என்னுடைய மொபைலில் வந்தது என்பதை அவளால் புரிந்துகொள்ளவே முடியவில்லை. எது நிஜம் எது நிழல் என்பது குறித்து அவள் நிறைய குழம்பிப்போயிருந்தாள். ஒரு சமயம் எல்லாமே தனது கற்பனை என்றே நம்ப முயன்றிருக் கிறாள். அவளால் அந்த எல்லைக்கும் போக முடியவில்லை. இவையெல்லாம் தந்த அழுத்தம் தாளாமல் தன்னையறியாம லேயே அப்படிக் கதறி அழுதிருக்கிறாள். இந்த விஷயத்தில் நானே சற்றுக் குழம்பித்தான் போனேன். அதே நேரத்தில் தற்செயல்களின் ஆச்சரியங்களையும் அவ்வளவு எளிதாக ஒதுக்கிவிடமுடியாது என்பதையும் உணர்ந்திருந்தேன்.

அவளை உண்மையிலேயே ஒரு மனநல மருத்துவரிடம் காண்பித்துவிட வேண்டும் என்று நினைத்துக்கொண்டேன். நான்கூட அந்த அளவுக்கு முதலில் யோசித்திருக்கவில்லை தான். ஆனால் அவளே அந்த முடிவுக்கு வந்திருக்கும்போது நல்லதொரு மருத்துவரைப் பார்த்துவிட்டு வருவதில் தவறென்ன இருக்கிறது?

இதையெல்லாம் ஒவ்வொன்றாக யோசித்தபடியே குளித்து விட்டு வெளியே வந்தேன். அப்போதுதான் அதைக் கவனித்தேன். மேசையில் முன்பு பார்த்த சாப்பாட்டுக் கேரியரைக் காண வில்லை. ஷேவிங் செய்துகொண்டிருக்கும்போது பார்த்த அதைத் தான் இப்போது காணவில்லை. காபி மேக்கரும் சுத்தமாகத் துடைத்து வைத்தாற்போல இருந்தது. கயல்விழி கதவைப் பூட்டி வெளியே சென்றுவிட்டாள். என்னுடைய வீட்டுச் சாவி மட்டுமே சாவிகள் தொங்குமிடத்தில் தொங்கிக்கொண்டிருந்தது. ஒருவேளை நான் ஷேவிங் செய்யும்போது கேரியர் எதையும் பார்க்கவேயில்லையோ? அது பிரமையா? கயலுக்கு போன் அடித்து விசாரித்துவிடலாம் என்று நினைத்து போனை எடுத்தேன்.

போனில் பாஸ்வேர்டைப் போட்டுத் திறந்தபோது இரண்டு நோட்டிஃபிக்கேஷன்கள் வந்திருந்தது தெரிந்தது. நண்பர் ஒருவரின் பிறந்தநாளை நினைவுபடுத்தி வாழ்த்துச் சொல்லச் சொல்லி ஒன்று. மற்றொன்று திருமணப் பந்தங்களைத் தேடித்தரும் செயலியிலிருந்து வந்திருந்தது. என்னைப் பற்றிய விவரங்கள் பிடித்துப்போய் பெண்ணொருத்தி விருப்பம் தெரிவித்திருக்கிறாள். பெயர் கயல்விழி. நல்ல பெரிய முட்டைக் கண்கள் அவளுக்கு.

காகித முகங்கள்

முதலில் தன் இடைமேல் பூச்சிகள் இரண்டு ஊர்வதைப்போலத்தான் அவள் உணர்ந்தாள். இரண்டு அல்ல; கூட்டம் கூட்டமாகப் பூச்சிகள் அவளின் இடையைச் சுற்றி வளைத்து மேலேறி மார்பை நோக்கிச் சென்றன. அவை பூச்சிக் கூட்டம் அல்ல பெரிய தடித்த நீளமான விரல்களைக்

கார்த்திக் பாலசுப்ரமணியன்

கொண்ட அகன்ற கைகள் என்று புரிந்தபோது, அவை அவளது மார்புகளை அழுந்தப் பற்றியிருந்தன. அவளது மார்பின் அத்தனை நுட்பங்களையும் கண்டறியும் வேட்கையிலும் வெறியிலும் அந்தக் கைகள் வேகமாக இயங்கின. உடம்பின் உணர்வு நரம்புகள் முடிந்து திரண்ட புள்ளியில் அவை பற்றிப்படர்ந்தன. அவற்றின் கோரப்பிடியிலிருந்து தன்னை விடுவிடுத்துக்கொள்ள அக் கைகளை இறுக்கிப்பிடித்து விலக்க முயன்றாள். அவை மண் பற்றிய வேர் போல நகர மறுத்தன. பாதி வெட்டியும் வெட்டாமலும் இருந்த நகக் கூர்மையால் அந்தக் கைகளைக் கீறினாள். அவை, வெட்டி வைத்த பெரிய பெரிய மாமிசத்துண்டுகளைப் போல் மதர்ப்பாக இருந்தன. கூர்மையான நகம் கீறிப் பீறிட்ட இரத்தம் மார்பிலிருந்து வழிந்து முதுகை நனைத்தது.

வியர்வையின் ஈரத்தில் விழிப்புத்தட்டி எழுந்தவள், தன் கண்களில் வழிந்த நீரைத் துடைத்துக்கொண்டாள். பக்கத்தில் குழந்தை அயர்ந்து தூங்கிக்கொண்டிருந்தாள். அறையில் ஒளிர்ந்த விடிவிளக்கின் வெளிச்சத்தில் படுக்கையறையின் கதவு சாத்தப்பட்டு மேலே தாளிடப்பட்டு இருப்பதை ஒருமுறை சரிபார்த்துக்கொண்டாள். மனம் படபடவென்று அடித்துக் கொண்டது. பயத்திலும் வெக்கையிலும் துளிர்த்திருந்த வியர்வையைக் கட்டிலின் மீது தொங்கவிடப்பட்டிருந்த துண்டை எடுத்து துடைத்து எடுத்தாள். குழந்தையின் முன்நெற்றி யிலும் ஒருமுறை துண்டால் ஒற்றி எடுத்தாள். கனவுதான் என்பது சற்று ஆறுதலைத் தந்தது. இருந்தாலும் மனதிலிருந்து அச்சம் முழுவதுமாய் விலகியிருக்கவில்லை. நடுவில் அணைத்து வைத்திருந்த ஏ.சி.யை மறுபடியும் ரிமோட் வைத்து முடுக்கிவிட்டாள். கட்டிலுக்குக் கீழே இருந்த பாட்டில் நீரை எடுத்து அருந்திவிட்டு படுத்துக்கொண்டாள். மார்பு வலித்தது. வாய்விட்டு அழுதால் கொஞ்சம் தேவலையாய் இருக்கும் என்று பட்டது.

❍

கண்களைச் சுருக்கி சுவரில் தொங்கவிடப்பட்டிருந்த கருமாரியம்மன் படக் காலண்டர் அட்டைக்கு மேலே மாட்டப் பட்டிருந்த கடிகாரத்தைப் பார்த்தான். போதையில் தளும்பிய கண்களால் அவனால் சரியாகப் பார்க்க இயலவில்லை. தோராயமாக மணி இரவு ஒன்றைத் தொட்டிருக்கும் என்று யூகித்துக் கொண்டான். அவனுடன் அறையைப் பகிர்ந்துகொண்டிருக்கும் பாண்டியன் தன் குழந்தைக்கு மொட்டை போடுவதற்காக இரண்டு நாட்கள் முன்பு சொந்த ஊருக்குக் கிளம்பிப் போயிருந்தான். இருவருக்கும் ஒரே ஊர் – குலசேகரமங்கலம். இருவருமே

சங்கரன்கோவிலிலிருந்த 'நயினார் டிராவல்ஸி'ல் கார் ஓட்டிக் கொண்டிருந்தார்கள். பாண்டியன் 407 ரக வேனும், இவன் மஹிந்திரா வேனும் ஓட்டுவார்கள். முதலில் பாண்டியன்தான் சென்னைக்கு வந்திருந்தான்.ஃபைனான்ஸில் 'இண்டிகா' வாங்கி ஓட்டிக்கொண்டிருந்தான். ஊர் முழுவதும் பாண்டியன் கார் வாங்கி முதலாளி ஆகிவிட்டதாகப் பேசிக்கொண்டார்கள். பாண்டியனின் குழந்தைக்கு மொட்டைபோட்டுக் கறி விருந்து கொடுக்க,இவன்தான் ஐயாயிரம் கைமாற்றாகக் கொடுத்திருந்தான். அது, அந்த மாத டியூவுக்காக ஒதுக்கி வைத்திருந்த பணம்.

பாண்டியன் இல்லாததால் தனிமையில் அமர்ந்து குடிக்கும் படி ஆகிவிட்டது. அதுகுறித்து அவனுக்குப் பெரிய வருத்த மொன்றும் இல்லை. மனவேதனையின் பொருட்டு குடிப்ப தானால்தான் புலம்புவதைக் கேட்க யாரேனும் ஒருவராவது இருக்க வேண்டும். இன்று, அவன் மகிழ்வின் எக்களிப்பில் இருக்கிறான். வெற்றிக் களிப்பில் இப்போதுதான் மனம் சற்று ஆறியதுபோல இருந்தது. அந்தச் சம்பவத்தை நினைத்துச் சிரித்துக்கொண்டான். தன் இடது கையை உயர்த்தி உள்ளங் கையில் அழுத்தி முத்தமிட்டுக்கொண்டான்.வாங்கி வைத்திருந்த பிராந்தி முழுவதும் தீர்ந்துவிட்டிருந்தது. பாட்டிலைத் தன் கண்ணுக்கு நேராக உயர்த்தி காலியாக இருந்த டம்ளரில் கவிழ்த்தான். சரியாக மூன்று பிராந்திச் சொட்டுகள் ஒன்றன்பின் ஒன்றாக விழுந்தன.

○

அதன்பின் அன்றைக்கு அவளுக்குத் தூக்கம் கூடவில்லை. காலையில், அலாரம் அடித்தபோது இன்னும் கொஞ்சம் தூங்கச் சொல்லி கண்கள் இறைஞ்சின. தன் மார்பின் மேல் இருந்த குழந்தையின் கையை மெதுவாக விலக்கிவிட்டாள். முந்தின நாள் சம்பவங்கள் ஒவ்வொன்றாய் மனக்கண்ணில் விரிய, பயத்தில் அவளுக்கு மனம் அடித்துக்கொண்டது. ராகவிடம் சொன்னால் ஒரு வேளை ஆறுதல் கிடைக்கலாம். ஆனால் கடைசியில் எல்லாவற்றுக்கும் இவள் வேலைக்குப் போவதுதான் காரணம் என்பதில்தான் வந்து அது முடியும். மேலும், தொலைபேசியில் இதுபோன்ற விசயங்களைப் பகிர்வது அத்தனை உசிதமாக இருக்காது. பணியின் நிமித்தம் பாலைவனத்தில் காய்ந்துகொண்டிருப்பவன் இதை எப்படிப் புரிந்துகொள்வான் என்று சொல்வதற்கில்லை. எனவே, அந்த யோசனையை அப்போதைக்கு ஒத்திப் போட்டாள்.

தலையை இரு கையால் தாங்கிப் பிடித்தபடி படுக்கையி லேயே அமர்ந்திருந்தாள். கதவு மெதுவாக இரண்டுமுறை

தட்டப்பட்டது. அத்தைதான் தட்டியிருப்பாள். குழந்தையின் தூக்கம் கலைந்துவிடாமல் கவனமாக எழுந்து, சத்தமின்றி தாள் நீக்கி வெளியேறினாள். ஹாலில் இருந்த சாப்பாட்டு மேசையில் காபி கலந்து வைக்கப்பட்டிருந்தது. பல் துலக்கி வந்தபோதும் சூடு குறையாமல் இருந்தது. மேலே படிந்திருந்த ஆடையை இழுத்துப் போட்டுவிட்டு காபியை உறிஞ்சினாள். மாமா வெளி முற்றத்தில் நாற்காலியைப் போட்டு தமிழ் இந்துவை விரித்து வைத்துக்கொண்டிருந்தார். அடுக்களையிலிருந்து இட்லிகள் வேகும் வாசனையுடன் பூஜை அலமாரியில் சொருகப்பட் டிருந்த பத்தியின் வாசனையும் கலந்து வந்தது. மூன்று மாதங் களாக மாறாத அதே காட்சிகள்; அதே வாசனைகள். காபியை கையில் எடுத்துக்கொண்டு, பதற்றத்தை வெளிக்காட்டாத பாவனையில் ஹாலிலிருந்து ஒருமுறை வாசலையும் தெருவை யும் எட்டிப் பார்த்தாள்.

குழந்தைப்பேற்றுக்குப் பின்னர் வேலைக்குத் திரும்ப முடிவெடுத்தபோது, துணைக்கு அவள் அம்மாவோ அப்பாவோ அவளுடன் வந்து தங்கவியலாத சூழ்நிலை. அத்தையும் மாமா வும் வந்தார்கள். அவளுக்காக இல்லாவிட்டாலும் குழந்தைக் காக வந்தார்கள். அவர்கள் ஊருக்குச் செல்ல வேண்டி யிருந்தால் மட்டும் இவளது அம்மாவோ அப்பாவோ அல்லது இருவருமோ அவர்களுக்குக் கிடைக்கும் விடுமுறைக்கு ஏற்ப வந்துவிட்டுப் போவார்கள்.

குளித்துக் கிளம்பி மதியச் சாப்பாட்டினைக் கட்டி எடுத்துக் கொண்டு வெளியே வந்தபோது மறுபடியும் அவளை அச்சம் தொற்றிக்கொண்டது. விடுப்பு எடுத்து வீட்டிலேயே தங்கி விடலாம் என்றால் அவளுக்கு விடுப்பேதும் மிச்சம் இருக்க வில்லை. இருந்த விடுப்பை எல்லாம் குழந்தைப்பேற்றோடு சேர்த்து எடுத்தாகிவிட்டது. அடுத்து ராகவ் ஊருக்கு வரும்போது வேறு எடுக்க வேண்டியிருக்கும். அப்போதும்கூட சம்பளப் பிடிப்புடன் கூடிய விடுப்பே கிடைக்கும் சூழல். ஒரு வேளை விடுப்பே எடுத்தாலும் 'ஏன்? எதற்கு?' என்று துளைக்கப்படும் அத்தையின் கேள்விகளுக்குப் பதில் சொல்லும் நிலையில் அவள் இல்லை. எல்லாவற்றுக்கும் மேலாக வேலையில் அமிழ்ந்து தன்னை கரைத்துக் கொள்வதுதான் தன்னைப் பீடித்திருக்கும் பயத்திலிருந்து வெளியேற இப்போதைக்கு அவளுக்கிருக்கும் ஒரே வழி.

மாமாவிடம் சொல்லிவிட்டு வெளியேறியவள், வீட்டின் கிரில் கதவினைச் சாத்தும்போது கீழே மண்ணைப் பார்த்தாள். எறும்புகள் கூட்டமாய் மொய்த்துக்கொண்டிருந்தன. அதைப்

ஒளிரும் பச்சைக் கண்கள் 🕉 35 🕉

பார்த்ததும் அவளுக்குக் குமட்டிக்கொண்டு வந்தது. அங்கிருந்து வேகமாக நகர்ந்தாள். தெருவில் இறங்கியவள் ஒருமுறை தெருவின் ஒரு முனையிலிருந்து மறுமுனை வரை எட்டிப் பார்த்தாள். திங்கட்கிழமையாதலால், வேலைக்கும் பள்ளிக்கும் கிளம்பியவர்களாலும் கிளப்பியவர்களாலும் தெருவே பரபரப்படைந்திருந்தது. ஞாயிற்றுக்கிழமை மதியப் பொழுதுகளில் இவர்கள் எல்லாம் எங்கே போய் தொலைகிறார்கள்? அவளுக்குத் தெருவிலிருக்கும் ஒவ்வொருவர் மீதும் எரிச்சல் வந்தது. அப்போது, தன் பக்கத்தில் வந்து ஒலித்த 'ஹார்ன்' சத்தம் கேட்டுத் துள்ளி ஒதுங்கினாள். படபடத்தாள். வேகமாய் மூச்சு வாங்கினாள். பெரியவர் ஒருவர் தன் பேரப்பிள்ளையை வண்டியில் வைத்து பள்ளிக்கு அழைத்துப் போய்க்கொண்டிருந்தார். படபடப்பு குறையவே இல்லை. கழுத்துப் புடதியிலிருந்து தொடங்கி முன் நெற்றியின் இரு ஓரப்பொட்டுகள் வரை வலி தோன்றிப் பரவ ஆரம்பித்தது.

○

நெற்றிப்பொட்டு இரண்டையும் அழுந்திப் பிடித்தவாறே அவன் எழுந்தான். தலை பாரமாகி அழுத்தியது. பாண்டியன், பக்கத்தில் படுத்துத் தூங்கிக்கொண்டிருந்தான். டேபிள் ஃபேனின் ஓடும் இறக்கைகளுக்கு இடையே காகிதத்தை நுழைக்கும்போது எழுவது போன்ற ஒலியில் குறட்டை விட்டபடியிருந்தான். இவன் தூங்கப்போகும் வரையில் அவன் அறைக்கு வந்து சேர்ந்திருக்கவில்லை. இரவுப் பேருந்தைப் பிடித்து காலையில் வந்திருப்பானாயிருக்கும். வாந்தி எடுத்து வந்ததும் தலைபாரம் கொஞ்சம் குறைந்திருந்தது போல் தெரிந்தது. ஆனால் கொடூரமாக பசித்தது. தூங்கிக்கொண்டிருந்தவன் கொண்டுவந்திருந்த பையைத் துழாவினான். சம்படத்தில் பாதியாக உடைத்து வைக்கப்பட்டிருந்த மாவிளக்கு இருந்தது. பிட்டுத் தின்றான். மீதி வயிற்றை தண்ணீரால் நிரப்பினான். எழுந்து வேலைக்குச் செல்ல வளையவில்லை. இன்று, கணக்கைத் துவங்க வேண்டும். அடுத்த நான்கு நாட்களில் பம்பரமாய் சுழன்று கார் ஓட்டினால்தான் நாற்பது 'டிரிப்கள்' என்ற இலக்கை அடைய முடியும். இல்லாதுபோனால் நேற்றுவிட்டது போல் அடுத்தும் எண்ணிக்கையை அடைய முடியாமல் போகக் கூடும். நாற்பது ட்ரிப்களை எட்டினால் மட்டுமே அவன் இணைந்திருக்கும் வாடகை வண்டி நிறுவனம் அளிக்கும் அந்த வாரத்துக்கான ஊக்கத்தொகை கிடைக்கும். அதுவும் கிடைக்காது போனால், நாளுக்கு பத்து மணி நேரம் முதுகு ஒடிய, நிற்க நகர நேரம் இல்லாமல் வண்டி ஓட்டும் உழைப்பெல்லாம் வீணாய்ப்போகும். ஊக்கத்தொகை இல்லாமல் கிடைக்கும் பணம் பெட்ரோலுக்கும் உணவுக்குமே சரியாக இருக்கும். டியூவுக்கு பைசா நிற்காது.

இதைப்பற்றி யோசிக்கும்போதே சனிக்கிழமையின் இறுதிச் சவாரியில் நடந்ததும், ஞாயிறு முழுவதும் பைக்கில் தெருத் தெருவாய் சுற்றியலைந்ததும் மண்டைக்குள் ஓடியது. ஒரே நேரத்தில் அவமானமும் ஆத்திரமும் மகிழ்ச்சியும் பின்னிப் பின்னி வந்துபோனது. படுக்கையில் போய் சாய்ந்துகொண்டான்.

❍

ஓ.எம்.ஆரில் இருந்த சரவணா ஸ்டோர்ஸில் சவாரியை இறக்கி முடிக்கும் முன்னரே அடுத்த சவாரி சோழிங்கநல்லூர் 'எல்காட்'டில் வந்து விழுந்தது. 'எல்காட்'டிலிருந்து நங்கநல்லூர் சென்று இறக்க வேண்டியிருந்தது. ஆவின் சிக்னலில் ட்ராபிக் நெறித்தது. மூத்திரம் வேறு முட்டிக்கொண்டு வந்தது. மூத்திரப் பை அழுத்தி அடிவயிறு பாரமாகியது. ஒதுங்கிப் போவதற்கு இயலாத சூழல். உடன் வருபவர் ஆணாக இருந்தா லாவது எங்காவது ஒதுக்கி, சொல்லிவிட்டுப் போய் வரலாம். பெயரைப் பார்த்தான். அடக்கிக்கொள்வதைத் தவிர அவனுக்கு வேறு வழியிருக்கவில்லை. அதற்குள் இரண்டு முறை அழைப்புகள் வந்தன. எடுத்து டிராஃபிக்கில் மாட்டி நிற்பதைச் சொல்லி வைத்தான். அடுத்த இரண்டு நிமிடங்களில் அடுத்தடுத்து இரண்டு அழைப்புகள்; அதே எண்கள்.

மூன்றாவது முறையும் அழைப்பு வந்தபோது எடுத்து, “மேடம் முன்னாடி இருக்கிற கார் நவுந்தாதானே நான் வர முடியும். ஆவின்கிட்ட அவ்ளோ ட்ராஃபிக். வந்துடுவேன்” என்று சொல்லி எதிரே இருந்தவள் பதில் சொல்லும் முன்னரே ஃபோனை வைத்தான்.

போனை வைத்ததும் அந்தச் சவாரிக்கான இணைப்பு துண்டிக்கப்பட்டது.

சிக்னல் பச்சையாகி திருப்பி வளைந்ததும் மறுபடியும் எல்காட் பகுதியிலேயே சவாரி விழுந்தது. வார நாட்களில் பரபரப்பாக இருக்கும் எல்காட் பகுதி சனிக்கிழமை அன்று அதிக ஆள் நடமாட்டமின்றி இருந்தது. டோலில் இருந்து உள்ளே நுழையவும் அழைப்பு வந்தது. மீண்டும் அதே எண்; அதே குரல்; அவசரம்.

வண்டியின் எண்ணைப் பார்த்து, அவள் கைகாட்டவும் வண்டியை அவள் ஏறுவதற்குத் தோதாக முன்னால் சென்று நிறுத்தினான். முன் இருக்கையின் பக்கமிருந்த கதவைத் திறந்து முதலில் உட்காரப் போனவள், ஒரு முறை நிதானித்துவிட்டு அதை மூடி, பின்பக்கக் கதவைத் திறந்து பின்னிருக்கையில் சென்று அமர்ந்தாள். கதவை அழுத்திச் சாத்திவிட்டு, 'சைட்

லாக்' போடப்பட்டிருக்கிறதா என்று மறுபடி ஒருமுறை திறந்து மூடி சரிபார்த்துக்கொண்டாள்.

அவன் கண்ணாடியில் அம்மைத் தழும்பேறிய தன் முகத்தை ஒருமுறைப் பார்த்துக்கொண்டான். தொடர்ச்சியாக கார் ஓட்டியதன் களைப்பும், நான்கைந்து நாட்களாக மழிக்காத தாடியும் அவனை மேலும் சோர்வடைந்தவனாகக் காட்டியது.

“நங்கநல்லூர். கொஞ்சம் சீக்கிரம் போங்க” என்று அவசரப் படுத்தினாள். அவள் உள்ளே ஏறியதும் காய்ந்த ரோஜாப்பூ மாலைகளிலிருந்து வரும் வாசனை எழுந்து வந்தது.

அன்று அவளுக்கு விடுமுறைதான். ஆனால், திங்கட் கிழமை காலையில் ‘லைவ்’ செல்ல வேண்டிய ‘கோட்’ முழுவதும் இவளது ஒப்புதலுக்காகக் காத்துக்கொண்டிருந்தது. அதன் தொடர்ச்சியாக மறுசோதனை செய்து ஒப்புதல் தர வேண்டி யிருந்தது. ஒரு மணிநேர வேலை என்று சொல்லித்தான் சனியன்றும் வரச்செய்தார்கள். ஆனால் அவள் அதை முடித்துக் கிளம்பும்போது மணி மாலை ஐந்தைத் தாண்டியிருந்தது. வெள்ளிக்கிழமையும் இதே காரணத்தினால் வீடு சென்று சேரும் போது மணி இரவு ஒன்பதைத் தொட்டிருந்தது. மாமாவும் அத்தையும் ஒன்றும் சொல்லவில்லை. ஆனால், இவளுக்குத் தான் குற்ற உணர்வு பிடுங்கித் தின்றது. இவள் வீட்டை அடைந்த போது குழந்தை தூங்கிப் போயிருந்தாள். பொதுவாக, சாயங் காலம் நேரத்துக்கு வந்து, இவள்தான் சமைப்பாள். சனி, ஞாயிறு சமையலும் இவளுடையது. வெள்ளியன்று அத்தையே சமையல் முடித்து, பாத்திரம் முதற்கொண்டு துலக்கி வைத்திருந்தாள். சனியும் நாள் முழுதும் இவள் சமைக்க முடியாதபடி ஆகி விட்டிருந்தது. ஆறு மணிக்குள் போகாவிட்டால் இரவு சமையலையும் அத்தையே செய்து முடித்து வைத்துவிடுவாள்.

“மேடம் . . . நீங்கதானே . . . மொத தடவ கேப் போட்டு அப்பறம் கட் பண்ணி விட்டீக?”

“ஆமா . . . கேப் வரவேயில்ல. எனக்குச் சீக்கிரமா போணும்.”

“இங்கன ரோடு ஃபுல்லா டிராஃபிக். நான் மட்டும் என்ன செய்ய முடியும் சொல்லுங்க? நீங்க எத்தன தடவ கட் பண்ணி கட் பண்ணி போட்டாலும், பக்கத்துல வேற வண்டி எதுவும் இல்லன்னா திரும்பத் திரும்ப ஒரே வண்டிக்குத்தான் டிரிப் வந்து விழும் சரியா? நீங்க மொதல்ல கட் பண்ணிவுட்டதும் என்னியத்தான். நீங்க கட் பண்ணின்னா பிரச்சினை இல்ல. இதுவே நான் பண்ணா கம்பெனிக்காரன் என்னையப் போட்டுச்

சாவடிப்பான்" என்று சொல்லிவிட்டு திரும்பி அவளை ஒரு முறை பார்த்துக்கொண்டான்.

"ஓ . . . சாரி!"

சோழிங்கநல்லூரிலிருந்து பெரும்பாக்கம் வழியே மேடவாக்கம் கூட்டு ரோட்டினை அடையும் வரை ட்ராஃபிக் இருப்பதாக மேப்பில் காட்டியது. "மேடம் . . . இந்த ரூட் ஃபுல்லா ட்ராஃபிக்கா இருக்கு. வண்டிக எல்லாம் பையத்தான் போவுது. சர்ச்சுக்கிட்ட ஒடிச்சு பள்ளிக்கரணை ரூட்ல விடவா . . . கொஞ்சம் சுத்து. ஆனா டயதுக்குப் போய்க்கிடலாம். இன்னிக்கு வார நாளும் இல்ல. சனிக்கிழம முகூர்த்தமும் கிடையாது. ஏன் இம்பூட்டு டிராபிக் தெரியலியே."

"எதுல வேகமாக போக முடியுமோ அதுலயேப் போங்க" என்றவள், மொபைலை எடுத்து தான் கிளம்பி வந்துகொண்டிருப்பதாக மாமாவுக்குக் குறுஞ்செய்தி அனுப்பினாள்.

பள்ளிக்கரணையில் திரும்பினான். காமாட்சி ஹாஸ்பிட்டல் வழியே கீழ்க்கட்டளையை அடையும் வழியும் கூட்டம் நிரம்பியிருந்ததால் அதையும் கடந்து, ஆதம்பாக்கம் வழியே சுற்றி நங்கநல்லூரை வந்தடைந்தார்கள். வண்டியை கட் செய்து இறங்கும்போதுதான் கவனித்தாள். எழுநூற்றுச் சொச்ச ரூபாய் காட்டியது.

"என்னங்க எழு நூத்து சொச்சம் காட்டுது. நான் புக் பண்ணும் போது வெறும் முந்நூறுதான் காட்டுச்சு. இப்போ அப்படியே டபுளா காட்டுது."

"மேடம் . . . நாமதான் சுத்திட்டு வந்தோமே . . . அதுக்கும் மேலே டிராபிக்னால பீக் சார்ஜ் வேற விழுந்திருக்கு . . . அதான் இவ்ளோ வந்திருக்கு."

"இல்ல எனக்கு புக் பண்ணும்போது என்ன காட்டுச்சோ . . . அதான் தருவேன். அதுக்கு மேல தரமாட்டேன்" இதைச் சொல்லும்போது அவள் முகம் முற்றிலும் மாறியிருந்தது. எதிரே இருப்பவனை கூசிப் போகச் செய்யும் பாவம் அவள் கண்களில் தெரிந்தது.

"மாத்திப் போகும்போது உங்ககிட்டச் சொல்லிட்டுத் தானே போனேன். அப்புறம் இப்ப வந்து இப்படிச் சொன்னா எப்டி? மரியாதையா காசைக் கொடுத்துட்டு மறுசோலி பாருங்க" என்று அவளின் முகத்துக்கு நேராக விரலைச் சொடுக்கிப் பேசினான்.

“நீங்க மொதல்ல கஸ்டமருக்கிட்ட மரியாதையாப் பிஹேவ் பண்ண கத்துக்கோங்க” இதை அவள் சொல்லும்போது தான் அதைக் கவனித்தான். அவள் ஒருமுறைகூட இவன் முகத்தைப் பார்த்துப் பேசவேயில்லை. அருவருப்பாக முகத்தை வைத்துக்கொண்டு, வேண்டுமென்றே தவிர்ப்பது தெரிந்தது. அவமானத்தில் அவனுக்கு உடல் குறுகியது.

“காட்டுன காசைத் தந்தா நான் ஏன் பேசப்போறேன். காசை வாங்கிட்டு பொத்திட்டுப் போயிட்டே இருப்பேன்.” இந்த முறை வேண்டுமென்றே வார்த்தையைத் தடிக்கவிட்டான்.

அவனுக்குக் கேட்காத குரலில் முணுமுணுத்தபடியே தன் கைப்பையைத் திறந்து ரூபாய்களாகப் பொறுக்கி எடுத்து எழுநூறு ரூபாய் எடுத்துக் கொடுத்தாள். சில்லறைகளையும் பொறுக்கி எடுத்துக் கொடுத்தாள். அப்போதும் அவள் முகம் நெடுஞ்சாலை ஒன்றில் அடிபட்டு உடல் சிதைந்து கிடக்கும் பிராணி ஒன்றைப் பார்க்கும் பாவத்துடன் இருந்ததை இவன் கவனிக்கத் தவறவில்லை.

அவள் வீட்டுக்குள் நுழைந்ததும் முதல் வேலையாக அந்தக் கார் கம்பெனியின் வாடிக்கையாளர் சேவை மையத்தை அணுகி நடந்ததையெல்லாம் கொட்டித் தீர்த்தாள். டிரைவரே தன்னை தவறான பாதையில் அழைத்து வந்துவிட்டதாகவும் முறையில்லாமல் பேசியதாகவும் புகார் அளித்தாள். அடுத்த அரைமணி நேரத்தில் அவள் அதிகமாய்ச் செலுத்திய பணம் அவள் கணக்கில் வரவு வைக்கப்பட்டது.

அவளுக்குப் பணம் வந்ததற்கு முந்தைய கால் மணி நேரத்தில் இவனுக்கு கம்பெனியிடமிருந்து அழைப்பு வந்தது. அவன் மீது அளிக்கப்பட்டிருந்த புகாருக்கு விளக்கம் கோரப் பட்டது. அவன் எவ்வளவு சொல்லியும் நம்பாமல் அவனுடைய கணக்கிலிருந்து அந்த நானூறு ரூபாய்கள் கழித்துக்கொள்ளப் பட்டன. மேலும் வாடிக்கையாளர்களிடம் பணிவாக நடந்து கொள்ளும்படி அறிவுறுத்தப்பட்டது.

ரூபாயை இழந்ததைவிட, தன் மீது சுமத்தப்பட்ட குற்றம் அவனைப்போட்டு அழுத்தியது. வண்டி ஓட்டும் நேரம் முழுக்க கம்பெனிக்காரர்கள் அழைத்துத் திட்டியது திரும்பத் திரும்ப நினைவுக்கு வந்தது. இதுவரை ஊரில் வண்டி ஓட்டிய காலத்தி லிருந்து ஒரு கஸ்டமர்கூட இவனைப் பற்றி குறையாகக் கூறிய தில்லை. இவன் வந்தால் வண்டியை அமர்த்திக்கொள்வதாய்க் கூறியவர்கள் அநேகம். ஆத்திரம் பொங்கிப் பெருகியது. அடுத்தடுத்த சவாரிகளில் வண்டிக்கு எதிரே வந்தவர்கள்

போனவர்களையெல்லாம் ஏசிக்கொண்டிருந்தான். வண்டியை செட்டில் போட்டுவிட்டு அறைக்கு வந்தான். தன் மீது தவறே இல்லாத போதும் அவள் கூறிய பொய்ப் புகாரினை நினைத்து நினைத்து வெதும்பினான். ஆத்திரம் தீர்வதாய் இல்லை. உடல் அத்தனை களைத்திருந்தும் துளியும் தூக்கம் பிடிக்கவில்லை. பாண்டியனும் கூட இல்லாததால் தனியனாக உணர்ந்தான். இந்த நகரத்தில் அவனுக்கிருக்கும் ஒரே ஆறுதல்.

O

ஞாயிறு காலை சவாரிக்குப் போவதில்லை என்று முடிவுசெய்து கொண்டான். மறுநாள் அதிகமாயிருந்ததே தவிர கனல் தணிந்திருக்கவில்லை. முடிவெடுத்தவனாய் தனது பைக்கைக் கிளப்பினான். அவன் தங்கியிருந்த ராயப்பேட்டையிலிருந்து நங்கநல்லூர் வந்துசேர ஒரு மணிநேரத்துக்கும் மேலாகியது. காலையிலிருந்து எதுவும் சாப்பிட்டிருக்கவில்லை.

நங்கநல்லூரை அடையும்போது மணி இரண்டாகி யிருந்தது. எப்போதும் மேப்பின் உதவியுடனே செல்வதால் எந்தப் பாதையும் அவனுக்கு நினைவில் இருக்கவில்லை. போதாததுக்கு ஒரே மாதிரியாக இருந்த தெருக்கள் அவனை மேலும் குழப்பின. முந்தின நாள் பார்த்த மணிக்கூண்டு கண்ணில் பட்டது. அதை மையமாக வைத்துச் சுற்றியிருந்த ஒவ்வொரு தெருவாகச் சென்று திரும்பிக் கொண்டிருந்தான்.

இரண்டு தெருக்கள் ஒரே மாதிரியாக இருந்தன. அதில் ஒன்றுதான் அவளுடையது. ஆனால், அதில் எதுவென்று வித்தியாசம் காண இயலவில்லை. உள்ளே இருந்த வீடுகளில்கூட பெரிய மாற்றமிருக்கவில்லை. இரண்டு தெருவையும் ஒரு கோடியிலிருந்து மறுகோடி வரை தனது பைக்கைக் கொண்டு போவதும் வருவதுமாய் இருந்தான். எத்தனை யோசித்தும் எதையும் அடையாளப்படுத்திக்கொள்ளவில்லை. அவனுக்கு நினைவில் இருந்ததெல்லாம் அருவருப்பில் சிறுத்துச் சுருங்கிய அவள் முகம் மட்டுமே. அதை நினைக்க நினைக்க வெறி கொண்டவனாய் பைக்கை முறுக்கினான்.

மதியம் சாப்பாட்டுக்குப் பின்னர் அத்தை மாமாவுடன் குழந்தையும் தூங்கிப் போயிருந்தாள். அவளுக்கு மதியம் தூங்கிப் பழக்கமில்லை. ஆதலால், தொலைக்காட்சியை ஓட விட்டு வெறித்துக்கொண்டிருந்தாள். கையிலிருந்த நகத்தைக் களைய நகவெட்டியுடன் வெளியே வந்தாள். முற்றத்துத் தூணுக்குப் பின்புறம் போடப்பட்டிருந்த கறுப்பு பட்டியக் கல்லில் அமர்ந்து நகத்தை வெட்ட ஆரம்பித்தாள். அப்போதுதான்

பைக் ஒன்று முன்னால் வருவதும் போவதுமாய் இருந்ததைக் கவனித்தாள். தெருவில் ஒரு ஜனமில்லை. யாராவது முகவரி தேடி அலைகிறார்கள் போலும் என்று நினைத்தாள்.

திரும்பத் திரும்ப வண்டி வரவும் போகவும் இருக்கவே, முன்னால் சற்று நகர்ந்து எட்டிப் பார்த்தாள். இந்த முறை அவனும் பார்த்துவிட்டான். வண்டியை ஆன் செய்தபடியே ஓரமாய் நிறுத்தினான். உதவும் பொருட்டு அவள் முன்னே வந்தாள். தலையைக் குனிந்துகொண்டே வந்தவன் கிரில்லின் முன்னால் நின்றான். இரண்டு கால்களையும் கொஞ்சமாய் அகட்டினான். அவளின் மார்பைப் பார்த்தபடியே, ஜிப்பைக் கீழிறக்கி தன் இடது கையால் இயக்கத் தொடங்கினான்.

புள்ளிக்குப் பதிலாக வட்டம்

மாமரக் கட்டையில் செய்த அறையின் கதவுகள் அதிக சிரமம் தரவில்லை. இழுத்து ஓங்கி அடித்ததில் தாழ்ப்பாளைப் பிணைத்திருந்த அதன் திருகாணிகள் கழன்றுகொண்டன. அப்பாவின் வேட்டியினைக் கயிறு போலத் திரித்துச்

சுருக்கிட்டுத் தொங்கிக்கொண்டிருந்தான். எதிரே இருந்த புகைப்படத்தில் அவன் அப்பா கம்பீரமாகப் புன்னகைத்துக் கொண்டிருந்தார். அந்தப் புகைப்படம் மாட்டப்பட்ட சுவரை ஒட்டிப் போடப்பட்டிருந்த மேசையின் மேலே, மருந்துப்புட்டியின் கீழ் படபடத்த மருத்துவப் பரிந்துரைச்சீட்டு எழுப்பிய 'டபடப' ஓசை அந்த அறையின் அமைதியைக் குலைத்தது. அதன் அருகே ஒரு டயரியும் அதில் சில குறிப்புகளும் இருந்தன.

குறிப்பு 1.

வாழ்வில் ஊறிய கசப்பு முழுவதையும் உள்ளிழுத்துப் புகையாக்கி வெளித்தள்ளிக்கொண்டிருந்தேன். நான் புகைப்பது பற்றி அப்பாவுக்கு நன்றாகத் தெரியும். அது குறித்து அவருக்குப் புகார்கள்கூட இருந்திருக்கலாம். ஆனால் தன் வாழ்வின் கடைசிக் கணம்வரை அதைப்பற்றி ஒரு வார்த்தையும் கேட்டுக்கொண்டதில்லை. யாரிடத்தும் தனக்குத் தெரிந்ததாகக்கூட அவர் காட்டிக்கொண்டதில்லை. அவரின் பிள்ளைகளில் அவரிடம் அதிகம் பிணக்கும் சிடுக்கும் கொண்ட பிள்ளையாக நானே இருந்திருக்கிறேன்.

தள்ளுவண்டிக்கு அடியில் நிழலுக்காக ஒதுங்கியிருந்த நாய், வழக்கமான கோட்டாவுக்காக என்னைப் பார்த்ததும் வேக வேகமாக வாலை ஆட்டிக்கொண்டு வந்து என் காலை முகர்ந்து நின்றது. பார்லேஜி பிஸ்கட் பொட்டலம் ஒன்று வாங்கிப் பிரித்து வைத்தேன்.

நுரையீரலை நிறைத்த புகையின் நிகோட்டின் தீற்றல்களில் ஆசுவாசம் கொண்டிருந்த பொழுதில்தான் அந்தச் சம்பவமும் நிகழ்ந்தது.

நான் சிகரெட்டைப் பற்றவைத்தபடி நின்றுகொண்டிருந்த கடையின் வாசலில், நீட்டிவிடப்பட்ட ஒரு துண்டு வானம் போலிருந்த கனத்த நீல வண்ண பிளாஸ்டிக் ஷீட்களை, அங்கே குத்தி நட்டு வைக்கப்பட்டிருந்த நான்கு கம்பிகளின் மேல் வைத்துப் பொருத்திக்கொண்டிருந்தனர் அவர்கள் இருவரும். பதின்களைத் தாண்டியிராத சிறுவன் ஒருவன். நாற்பதுகளின் நரைகூடி வந்திருந்த ஒருத்தர்.

"என்னடே அடிக்கடி அந்த டியூசன் வாசலே கதியாக் கிடக்கியாமே . . . என்ன சேதி?" – வாயைத் திறந்து லேசாக நாக்கை மடக்கியவாறு வெளியே நீட்டி, லாவகமாக நட்டை இறுக்குவதில் அவர் கவனம் முழுவதும் குவிந்திருந்தது.

"அப்படியெல்லாம் ஒண்ணுமில்ல அண்ணாச்சி."

“இங்க பாருலே . . . வந்தமா தொழில கத்துக்கிட்டமா. வெளியே போயி தனியா தொழில் பண்ணி நாலு காசு பார்த்துப் பொழச்சமான்னு இருந்துக்கோ. அப்பன் இல்லாத வீடு. ரொம்ப அசிங்கமாப் போயிடும் பாத்துக்கோ. நான் சொல்றதச் சொல்லிட்டேன் ஆமா. அப்புறம் உன்னிஷ்டம்” என்று இதை அவர் சொல்லி முடிக்கும்போது அந்தப் பையன் தெருவில் ஒட்டப்பட்டிருந்த சினிமா போஸ்டரை வெறித்தபடி இருந்தான்.

எதிர்பாராத நேரத்தில் சுளீரென்று புடதியில் விழுந்த அடியில் நிலைகுலைந்துபோன அவன் கையிலிருந்த கனத்த ஸ்பான்னர் ஒன்றைத் தவறவிட்டான்.

கடும் பசியிலிருக்கும் காட்டு விலங்கொன்றின் வளைந்த கூர்நகங்களின் பிடியிலிருந்து தேவகணத்தில் தப்பிய சிறு பறவையென அது தப்பி மிகச்சரியாக என் நடுமண்டையில் வந்து விழுந்தது.

❍

குறிப்பு 2

ரிசப்னிஷல் பச்சைநிற காட்டன் புடவை அணிந்த பெண் என்னைப் பார்ப்பதும் தனக்குள்ளே சிரிப்பதுமாக இருந்தாள். அவளிடம் நேரே போய் என் முகத்தில் எழுதப்பட்டிருக்கும் அவளின் மகிழ்ச்சிக்கான காரணத்தைக் கேட்டுவிடலாம் என்று தோன்றியது. போய்க் கேட்டால் என்னைப் பார்க்கவேயில்லை என்று தலையிலடித்துச் சத்தியம் செய்வாள். அதையே திரும்பத் திரும்பச் சொல்வாள். இது அவளுடைய இடம். எனவே சுற்றியிருப்பவர்களும் அவளுக்கே ஏந்திக்கொண்டு வருவார்கள். அன்று பெட் ஷாப்பில் மயில்ராவணனுக்கு பெடிகிரி வாங்க நின்றுகொண்டிருந்தபோது அப்பாவின் ஸ்நேகிதர் ஒருத்தர் அப்பாவின் பெயரைச் சொல்லி என்னை அழைத்தார். அங்கு பில் போட்டுவிட்டு வரும் பத்து நிமிட இடைவெளியில் இருபதுக்கும் மேற்பட்ட முறை “திருப்பதிசாமி திருப்பதிசாமி” என்று உரத்துக் கத்தி கத்திக் கூப்பிட்டார்.

அருகில் போய் என்னவென்று கேட்டேன். தான் அப்படி யாரையும் அழைக்கவே இல்லை என்று அடம்பிடிக்க ஆரம்பித்து விட்டார். எனக்கு நன்றாகக் கேட்டது. அவருக்கு என் பெயர் மறந்துபோயிருக்கலாம். அதன் காரணமாக அப்பாவின் பெயர் கொண்டு என்னை அழைத்திருக்கலாம். அதில் தவறென்ன இருக்க முடியும்? எப்படிப் பார்த்தாலும் அவரின் தொடர்ச்சி தானே நான்? அவர் என்னைக் கூப்பிடவில்லை என்று சொல்லி

யிருந்தால்கூடப் பரவாயில்லை. தான் அப்பாவின் ஸ்நேகிதனே இல்லை என்று சொன்னதைத்தான் என்னால் ஏற்றுக்கொள்ளவே முடியவில்லை.

என்னிடம் மறுத்துப் பேசியபோது காதில் கேட்ட அதே குரலைத்தான் ஒவ்வொருமுறையும் அவர் என்னைக் கூப்பிடும் போதும் கேட்டேன். இத்தனைக்கும் எனக்கு அப்போது காதுகளில் பிரச்சினை ஏற்பட்டிருக்கவில்லை. இப்போதும்கூட என் காதுகளில் பிரச்சினை ஒன்றும் இல்லை.

முன்பு, ஒரு சிறு பிரச்சினை இருந்தது உண்மைதான். என்னால் வலதுபக்கம் திரும்பிப் படுக்கமுடியவில்லை. படுக்கை யறையில் இடதுபக்கச் சுவரில்தான் அப்பாவின் அந்தக் கருப்பு வெள்ளைப் புகைப்படம் மாட்டப்பட்டிருக்கிறது. ஒரு ஹிப்பியைப் போன்று தோள்களில் புரளும் முடிக்கற்றையுடன் முதல் மூன்று பட்டன்கள் திறந்த நிலையில் காக்கைகள் பறக்கும் சட்டை அணிந்திருப்பார். முழுக்கைச் சட்டையை முட்டிக்கு மேல் இழுத்துச் சுருட்டிவிட்டிருப்பார். பெல்பாட்டம் பேண்ட்டும், கையில் புகையும் பனாமா சிகரெட்டும் உதட்டின் இருபக்கமும் நிறைந்து வழியும் மீசையும் இருக்கும் அட்டகாச மான புகைப்படம் அது.

அப்படத்தைப் பார்த்துக்கொண்டே படுத்திருந்தால் எந்தப் பிரச்சினையுமில்லை. அது மாட்டப்பட்டிருக்கும் பக்கத்தி லிருந்து எதிர்ப்பக்கமாய்த் திரும்பிப் புரண்டு படுக்கும்போது மட்டும் தலை கிறுகிறுவென்று சுற்றத் தொடங்கிவிடும். மொத்த பூமியும் என்னை மையமாக வைத்துச் சுழல்வது போலிருக்கும். மாறாக, அப்பாவின் புகைப்படத்தைப் பார்த்தபடியே படுத்தால் அந்தத் தொல்லை கிடையாது ஆனால் தூக்கம் கூடுவ தில்லை. எங்கள் குடும்ப மருத்துவரைச் சந்தித்தேன். அவர் என்னைக் காது-மூக்கு-தொண்டை நிபுணர் ஒருவரைச் சென்று பார்க்கும்படி வலியுறுத்தினார்.

சந்தித்தேன். ஒருபக்கமாய்த் தலைசுற்றுகிறது என்றேன்.

"சமீபத்தில் தலையில் ஏதாவது அடிபட்டதா?" என்று கேட்டார்.

ஸ்பான்னர் கதையைச் சொன்னேன். அந்தச் சிறுவனுக் காக கொஞ்சம் வருத்தப்பட்டார்.

உட்செவியின் சுவரில் ஒட்டியிருக்கும் சிறுச் சுண்ணாம்புப் பொட்டுதான் பிரச்சினை என்றார். மூன்று வேளைகள் ஐந்து நாட்களுக்கு வேளைக்கு இரண்டாய் அவருடைய மருந்தகத்தைத் தவிர வேறெங்கும் கிடைக்காத மாத்திரைகள் சிலவற்றை

எழுதித் தந்தார். அத்தோடு தலைச்சுற்றல் பிரச்சினை தீர்ந்தது. ஆனால் இப்போது வலப்பக்கம் திரும்பிப் படுக்க வேண்டிய அவசியமே ஏற்படுவதில்லை. அப்பாவின் புகைப்படத்தைப் பார்த்தபடியே தூங்கிப் போகிறேன். காலையில் அவரின் முகத்திலேயே விழிக்கவும் செய்கிறேன். நன்றாகத் தூங்கவும் செய்கிறேன். ஆனால், அதுதான் இப்போது பிரச்சினையாகிப் போனது.

அதைத் தீர்க்கத்தான் இப்போது மனநலமறியும் மருத்துவர் ஒருவரிடம் எனது முறைக்காக வரிசையில் காத்துக்கொண்டிருக்கிறேன்.

❍

குறிப்பு 3

வெகு இயல்பாக டீஷர்ட்டும் ஜீன்சும் அணிந்து நோயாளி களைச் சந்திக்கும் மருத்துவரை அன்றுதான் என் வாழ்நாளில் முதன்முதலாகப் பார்த்தேன்.

"சொல்லுங்க வருண் உங்களுக்கு என்ன பிரச்சினை?"

"எங்கப்பாதான் டாக்டர்"

ஒரு நெடுநாளைய நண்பனைப் போல மிகவும் அணுக்கமாக புன்னகைத்தபடி என்னைப் பார்த்து,"அப்பாவோட பிரச்சினை யில்லாத மனுசன் உலகத்துல எவனாது இருக்கானா சொல்லுங்க? அது ரொம்ப இயல்பான விஷயம்தானே. நான்கூட எங்க அப்பாவை அடியோட வெறுத்த காலமெல்லாம் உண்டு. உண்மைய சொன்னா இந்த மனுசன் செத்து ஒழிஞ்சா நிம்மதியா இருக்கும்ன்னுகூட நினைச்சுருக்கேன். வருசக் கணக்காக பேசாம இருந்திருக்கேன். அது அந்தந்த நேரத்துக் கோபம். சரி, அப்பாவோட என்ன பிரச்சினை உங்களுக்கு?"

"அவர் எப்பவும் என்கூட பேசிட்டே இருக்கார் டாக்டர். அதான் என்னோட பிரச்சினை."

புன்னகைத்தபடியே பேசும் கலை அவருக்கு வாய்த்திருந் தது. "ஒரு வயசுக்கு மேல போயிட்டாலே பெரியவங்களும் குழந்தைகள் போல ஆயிடறாங்க. குழந்தைகள்ட்ட இருக்கிற 'அட்டென்ஷன் சீக்கிங் பிஹேவியர்'தான் இப்போ பெரியவங்கக் கிட்டேயும் இருக்குது. ஒரு குழந்தைக்குத் தேவையான கவனத்தை நீங்க கொடுக்கலனா என்ன பண்ணும்? ஆடும், பாடும், கத்தி அழும், சில குழந்தைகள் தரையில புரண்டு கதறும். கைல கிடைக்கிற பொருளை எடுத்து உடைக்கும். சுவத்துல போயி நங்கு நங்குன்னு முட்டிக்கிற பிள்ளைகள்கூட இருக்காங்க.

இதெல்லாம் ஒரு உத்தி. இது பெரியவங்களுக்கும் பொருந்தும். நாமெல்லாம் வேலை, நண்பர்கள், மொபைல், டி.வி.ன்னு எதுக்குள்ளயாவது நம்மள நாமே புதைச்சுக்கிறோம். அவங்க தனியாகிடுறாங்க. அதனாலதான் நம்ம கவனத்தை ஈர்க்கப் பாக்குறாங்க. அதுபோலத்தான் உங்க அப்பாவும் உங்ககிட்டப் பேச விரும்புறார். நீங்களும் கொஞ்சம் நேரம் ஒதுக்கி அவரோட பேச வேண்டியதுதானே. இன்னைக்கெல்லாம் கொஞ்சம் மனம் விட்டுப் பேசினாலே பாதிக்கு பாதி பிரச்சினைகள் குறைஞ்சிடும்."

"இல்லயில்ல டாக்டர். இது ஒருவழிப் பாதை. அவர் பேசிட்டு இருப்பார். அவர் சொல்றதை மட்டும் நான் கேக்கணும். அவர் சொல்றபடி நான் செய்யணும். மத்தபடி நானா எதுவும் பேச முடியாது. அப்படி நானா எப்போ எதிர்த்துப் பேச நினைச்சாலும் உடனே முழிப்பு வந்துடுது. அப்புறம் அவர் வரமாட்டிக்கிறார். தூக்கமும் வர மாட்டிக்குது. அப்போ நான் எப்படிப் பேச முடியும்? எனக்கும் கூட அவர்கிட்ட ஒரு மன்னிப்புக் கேட்கணும். அதுக்குக்கூட நேரம் தர மாட்றார்"

"ஓ . . . மன்னிக்கணும் . . . அப்பா இப்போ?"

"நாலு மாசம் முன்னாடி தவறிட்டார். நானும் நண்பர்களும் வெள்ளியங்கிரி மலைக்கு டிரெக்கிங் போயிருந்தோம் டாக்டர். தொலைதொடர்புக் கோபுரங்கள் எட்டமுடியாத அமைதியின் உச்சத்தில் இருந்தோம். வானமும் பூமியும் சங்கமிக்கிற மாதிரி அற்புதமான ஒரு இடம் அது. ஆயிரம் ஊசி வந்து தச்சாப் போலப் பனிக்காத்து உடலின் ஒவ்வொரு உணர்வு முடிச்சிலேயும் உள்ளே இறங்குச்சு. மனசுக்குப் பிடிச்ச ஸ்நேகிதியை விட்டுப் பிரிய மனமில்லாமல் பிரிஞ்சு கிளம்புறது போல கீழே இறங்கியதும் அந்தச் செய்தி வந்தது. அடிச்சுப்பிடிச்சு ஓடி வந்தேன். அதற்குள் அவரை ஐஸ்பெட்டிக்குள் கிடத்தி வைச்சிருந்தாங்க. அவர் கடைசியா என் பெயரைச் சொல்லித்தான் கூப்பிட்டிருக்கிறார். என்கிட்ட எதையோ பேசணும் பேசணும்ன்னு திரும்பத் திரும்பச் சொல்லியிருக்கிறார். அப்போ அது முடியாம போச்சு. அந்தக் குறையை இப்போ பேசிப் பேசித் தீர்த்துக்கிறார்" என்றேன்.

"ஓ . . . ஒண்ணும் பிரச்சினையில்லை. மனுசன் அதிகம் பயப்படுற விஷயம் வெற்றிடம். ஏன்னா . . . அதை நிரப்புறது அவ்ளோ சுலபமில்லை. அதுவும் மனசுக்கு நெருக்கமானவர்கள் உருவாக்கிட்டுப் போற வெற்றிடம் இருக்கில்லையா அது இன்னும் கொடுமையானது. ஆனா, கொஞ்சம் கொஞ்சமா அந்த இடமும் நிரம்பும். காலம் அதையும் நிரப்பும். சிலருக்கு ஒரு மாஜிக் மாதிரி அது உடனே நடந்துடும். சிலருக்கு இன்னும் கொஞ்சம் நேரம்

எடுக்கலாம். அவ்வளவுதான். இப்போ உங்களோட தேவையும் அதற்கான கால இடைவெளிதான். அதனால, ஒண்ணும் பயப்பட வேண்டாம். இப்போதைக்கு ஸ்ட்ரெஸைக் குறைக்கவும் நல்லா தூங்கவும் சில மாத்திரைகள் எழுதித் தர்றேன். தொடர்ந்து எடுங்க. இரண்டு வாரம் கழிச்சு வந்து என்னைப் பாருங்க. நாம பேசலாம்."

சக மனிதனின் மீதான பரிவின் அடர் ரேகைகள் ஓடும் கண்கள் அவருக்கு இருந்தன.

○

குறிப்பு 4

விஜயராகவன் டாக்டரைப் போலத்தான் முதன் முதலில் இதைப் பற்றி நான் பேசியபோது அம்மா, தங்கை, அண்ணன்கள், அண்ணி என யாருமே நம்பவில்லை. அப்பாவின் மீது கொண்ட அதீதப் பாசத்தால் இப்படியெல்லாம் பிதற்றுகிறேன் என்றே நினைத்தார்கள்.

அவர்களின் அந்த நினைப்பைத் துண்டாக்கும் சம்பவம் ஒன்று நடந்தது. அதன் பிறகுதான் அவர்களுக்குக் கொஞ்சம் கொஞ்சமாக என் மேல் நம்பிக்கை வந்தது. குறிப்பாக வீட்டுப் பெண்களுக்கு.

அன்று காலை வீட்டில் உள்ள அத்தனை பேரும் உணவு மேசையில் அமர்ந்து காலை உணவருந்திக்கொண்டிருந்தோம். அது போன்று அனைவரும் ஒரே சமயத்தில் உண்ணும் நிகழ்வு வெகு அரிதாகவே வாய்க்கும்.

"அப்பா தன்னோட வலது கால் செருப்பை இங்கயே விட்டுட்டுப் போயிட்டாராம். ஒரு செருப்புக் காலோட நடக்குறது ரொம்ப சிரமமா இருக்காம். வருத்தப்படறார்" - யாரையும் பார்க்காமல் சாப்பாட்டுத்தட்டில் கைகளை அளைந்தவாறே சொன்னேன்.

"நீ இப்படி கிறுக்கு மாதிரி பேசுறத முதல்ல நிறுத்து. சும்மா உளறிட்டு இருக்காத. அவர் உயிரோட இருக்கும்போது அவர் கிட்ட நாலு வார்த்தை நல்லதா பேசினதில்ல. இப்போ வந்துட்டான் இதைச் சொன்னார் அதைச் சொன்னார்ன்னுட்டு. இதே மாதிரி வெளியே போய்ப் பேசி எங்க மானத்தையும் சேர்த்து வாங்கிட்டு இருக்காத" என்ற சிவாண்ணன் எச்சிற்கையை வேகமாக உதறி எழுந்தான்.

அவனைக் கையைப்பிடித்து இழுத்து அமர்த்திவிட்டு சின்ன அண்ணன் என் கண்களைப் பார்த்து, "வருண்...அப்பாவ

சுடுகாட்டுல எரிக்கும் போது அவரோட செருப்பு, கண்ணாடி, அவர் கடைசியா வாசிச்சுட்டு இருந்த கம்ப ராமாயணப் புத்தகம், அவரோட கல்யாண வேட்டி, அவரோட சிங்கப்பூர் நண்பர் பரிசாக்கொடுத்த லைட்டர், கையடக்க டிரான்சிஸ்ட்டர் முதற்கொண்டு எல்லாத்தையும் சேர்த்துப் போட்டு எரிச்சோம். அப்போ நீயும்தான் பக்கத்துல இருந்த. ஞாபகத்துல இருக்கா இல்லையா?" என்றான்.

"அப்பாவுக்கு நடக்கக் கஷ்டமா இருக்காம். அவர்தான் இன்னொரு செருப்பை எடுத்துத்தரச் சொன்னார்" என்றேன்.

அப்போது சிவாண்ணன் மறுபடியும் தட்டிலிருந்து எழுந்து விட்டான். சோற்றுக் கையோடு என் கைகளினூடே கைவிட்டு கிடுக்குப்பிடியாகப் பிடித்து சாப்பாட்டு மேசையிலிருந்து வெளியே இழுத்தான். "வா . . . வந்து நீயே அந்தச் செருப்பை எடு. செருப்பு வேணும்னு கேட்டவர் அது எங்க இருக்குன்னும் சொல்லி யிருப்பார் இல்ல" என்றான்.

முந்திய நாள் கனவில் அப்பா சொன்னபடி, வீட்டுக்குப் பின்புறம் கிணற்றுக்குப் பக்கத்திலிருந்த ரோஜாச் செடியைப் பிடுங்கி எறிந்தேன். தோட்ட வேலைக்காக வைத்திருந்த மண் வெட்டியை எடுத்து அங்கே தோண்டினேன். ஒரு பூந்தொட்டி கொள்ளும் அளவிலான மண்ணை வெளியே வாரி இறைத்த பிறகு அந்தச் செருப்பு தட்டுப்பட்டது. அப்பா உபயோகித்த அதே செருப்பு. வலது கால் செருப்பு. சின்ன அண்ணன் சிதையில் அப்பாவுடன் சேர்த்து எரித்துவிட்டதாக நம்பிக் கொண்டிருந்த அதே செருப்பு. மண் துகள் ஏதும் ஒட்டாமல், புழு பூச்சி அரிக்காமல் நேற்று புதைத்து வைத்தாற் போல, அவர் உபயோகித்த போதிருந்த தேய்மானக் குழிவுடன் அப்படியே இருந்தது.

அம்மா வந்து மெதுவாக என் தோளைத் தொட்டாள். செருப்பை கைகளில் தாங்கியிருந்த என்னை எழுப்பி மார்பில் வாரி அணைத்துக்கொண்டாள். அவள் கண்களிலிருந்து வழிந்த கண்ணீர் என் கன்னங்களைத் தொட்டு வழிந்தது.

❍

குறிப்பு 5

என் மீது சிவாண்ணன் கொண்ட ஆத்திரத்துக்கெல்லாம் அவன் என் மீது கொண்ட அளப்பரிய அன்பே பிரதானமாய் இருந்தது என்பதை நான் அறிவேன். அப்பாவுடன் நடந்த அந்தச் சண்டைக்குப் பிறகு என்னைப் பற்றிய எந்தவொரு தகவலும் அவன் மூலமாகவே அப்பாவைச் சென்றடையும்.

அப்பா இறந்த பிறகு அந்த ஸ்தானத்திற்கு சிவாண்ணன் வந்தான். அப்படியான நிலைக்கு வந்ததும் ஏனோ அவனும் என்னுடன் பேசுவதை வெகுவாகக் குறைத்துக்கொண்டான்.

அன்று மதியம் தூங்கிக்கொண்டிருக்கும்போது என் கால்களை யாரோ எச்சிலால் ஈரப்படுத்துவது போன்ற உணர்வால் துள்ளி எழுந்தேன். எனது அறையின் வாசலில் அந்த நாய்க்குட்டி தயங்கித் தயங்கி உள்ளே நுழைந்தது. என் மனப் போக்கை மாற்றுவதற்காக சிவாண்ணன்தான் வாங்கிக் கொடுத்திருந்தான்.

அதற்கு 'மயில்ராவணன்' என்று பெயர் வைத்தேன். சிறுவயதில் அப்பா சொன்ன ராமாயணக்கதைகளில் என்னை அதிகம் கவர்ந்த கதாபாத்திரம் அது.

○

குறிப்பு 6

இது, மயில்ராவணன் வீட்டிற்கு வருவதற்கு முந்தைய வாரம் நடந்தது. முந்திய நாள் கனவில் வந்த அப்பாவின் கைகளில் அந்தச் சிறு கொலுசைப் பார்த்தேன். அது சிவாண்ணன் குழந்தையாக இருந்தபோது உபயோகப்படுத்தியதன் நினைவாக அம்மா பத்திரப்படுத்தி வைத்திருந்த வெள்ளிக் கொலுசு. தன் முதல் குழந்தைக்குத் தாய்வீட்டுச் சீதனமாய் அம்மாவுக்கு வந்த பரிசு அது. அண்ணனுக்குக் குழந்தை பிறந்ததும் அதைப் புதுப்பித்து அணிவிக்க வேண்டும் என்ற விருப்பத்துடன் அவளின் கடைச் சரக்குப் பெட்டியில் ஒளித்து வைத்திருந்தாள். இந்தக் கதை வீட்டிலிருக்கும் அனைவருக்கும் தெரியும். ஆனால் அண்ணனுக்குத் திருமண மாகி ஐந்து வருடங்கள் ஆகியும் அதைப் புதுப்பிப்பதற்கான சந்தர்ப்பமே வாய்க்கவில்லை.

அதைத்தான் அப்பாவின் கையில் புத்தம் புதிதாகப் பார்த்தேன்.

அண்ணனிடம் சொன்னால் அடிக்க வருவான். அம்மாவும் அண்ணியும் சீரியல் பார்த்துக்கொண்டிருந்தபோது அவர்கள் கவனம் கலைந்திருந்த ஒரு விளம்பர இடைவெளியின் போது அந்தக் கனவைப் பற்றிக் கூறினேன்.

நான் சொல்லி முடிக்கவும், அண்ணி கதறி அழ ஆரம்பித்தாள். அவள் ஏங்கி ஏங்கி அழுவதைப் பார்க்கப் பாவமாக இருந்தது. இதை அவளிருக்கும்போது சொல்லியிருக்கக் கூடாதோ என்று நினைத்துக் கொண்டிருக்கும்போதுதான் அவள் அழுது குழறியபடி பேசியது கேட்டது.

ஒளிரும் பச்சைக் கண்கள்

"அத்தே . . . தள்ளிப் போயிருக்கு"

இதைக் கேட்டதும் அம்மாவும் அழுதாள். அவளை வாரியணைத்து அவளது நெற்றியில் முத்தமிட்டாள். அப்பாவின் மாலையிடப்பட்டிருந்த புகைப்படத்தின் முன் நின்று கண்ணீர் சொரிய வணங்கினாள். அங்கே வைக்கப்பட்டிருந்த விபூதியை எடுத்துவந்து அண்ணியின் நெற்றி முழுவதும் நிறைத்துப் பூசினாள். "எஞ்சாமி . . . எஞ்சாமி" என்று முணுமுணுத்துக்கொண்டே எனக்கும் பூசிவிட்டாள்.

○

குறிப்பு 7

அப்பா என்னிடம் கனவில் எல்லோருக்குமாகப் பேசினார். ஆனால் எனக்காக ஒரே ஒரு வார்த்தைகூடப் பேசவில்லை. என்னைப் பேச அனுமதிக்கவும் இல்லை. என் மீதான அவரின் புறக்கணிப்பு மிகுந்த வேதனையைத் தந்தது.

அவர் அந்தச் சம்பவத்தை மறக்கவே இல்லை என்பதை நான் உணர்ந்திருந்தேன். அன்று அப்படி அவரின் சட்டையைப் பிடித்திருக்கக் கூடாதுதான். இப்போது தவறாகத் தோன்றும் அந்தச் செய்கை அவர் உயிருடன் இருக்கும்போது ஒருமுறை கூட அப்படித் தோன்றியதில்லை. கடைசியாக மன்னிப்புக் கேட்டுக் கதறி அழும் வாய்ப்பைக் காலம் கருணையின்றி மறுத்துவிட்டிருந்தது. இங்கே தானே இருக்கிறார் என்று நானும் இருந்துவிட்டேன். அதற்குள் அவர் இல்லாமற் போய்விட்டார்.

ஒருநாள் இரவில் இது குறித்துப் பேசுகையில் அவர் கண்ணீர்விட்டு அழுததாக அம்மா சொன்னபோதும்கூட எனக்கு அவரிடம் மன்னிப்புக் கேட்கத் தோன்றவேயில்லை. அதிலிருந்து அம்மாவுக்கும் என்மீது கோபம்.

○

குறிப்பு 8

டாக்டர் விஜயராகவன் கொடுத்திருந்த மாத்திரைகளைப் போட ஆரம்பித்திருந்த மூன்றாவது நாளிலிருந்து எனக்குக் கனவுகள் வருவது நின்றுபோயிருந்தது.

ஒரு பக்கம் நிம்மதியாகவும் மறுபக்கம் அதுவே பெரும் அழுத்தமாகவும் மாறிப்போனது. ஒரே ஒருமுறை அப்பாவைப் பார்த்து மன்னிப்பு கேட்டுவிட்டால் எல்லாம் சரியாகப் போய் விடும் என்று தோன்றியது. ஆனால் அதற்கு முதலில் கனவு வரவேண்டும்.

அன்றிலிருந்து மாத்திரைகள் எடுப்பதை நிறுத்தினேன். ஆனாலும் கனவு வரவேயில்லை. அப்பாவின் புகைப்படத்தைப் பார்த்தபடியே தூங்கிப் பார்த்தேன். நீண்ட போராட்டத்துக்குப் பிறகு தூக்கம் வந்தது. ஆனால் கனவு வரவில்லை. கனவை எப்படி வரவைப்பது என்பதும் புரியவில்லை.

முதன் முதலாக அப்பா வந்த கனவு என்னை எவ்வளவு அலைக்கழித்ததோ அதைவிட அதிகமாகக் கனவுகளற்ற உறக்கம் படுத்தியது. அவரைப் பற்றிய நினைவுகளை ஒவ்வொன் றாய் எடுத்து மீட்டிக்கொண்டே தூங்கிப் பார்த்தேன். அவரின் வேட்டியினை எடுத்துப் போர்த்திக்கொண்டு தூங்கினேன். ஆனால், என்னால் இனி கனவுகளே காணமுடியாது என்ற நிலைக்குத் தள்ளப்பட்டிருந்தேன் என்பதைக் கொஞ்சம் கொஞ்சமாக உணர ஆரம்பித்தேன். கனவுகளற்ற நிச்சலனம் என்னுள் பெரும் பிரளயத்தைக் கிளப்பியது.

கனவுகள் வருவதையும், அதில் அப்பா வந்து பேசியதையும் மற்றவர்களிடம் போய்ச் சொல்வதில் தயக்கமே இல்லாத எனக்கு, கனவுகள் முற்றிலுமாக நின்றுபோனதைப் பற்றி யாரிடமும் பேச முடியவில்லை. தலை சுற்றுவது போல இருந்தது. ஓராயிரம் காக்கைகள் சேர்ந்து என் தலையைக் கொத்துவது போல வலித்தது. இரவு, பகல் என்று கால நேரம் பார்க்காமல் தூங்கிப் பார்த்தேன். எப்போது எழுகிறேன், எப்போது தூங்கு கிறேன் என்று எனக்கே புரியவில்லை. காலம் கொஞ்சம் கொஞ்ச மாய் என் கால்களிலிருந்து நழுவிச் செல்வதைக் கண்டேன்.

மின்தடையால் தூக்கம் தடைபட்டு விழித்த நாள் ஒன்றில், மாத்திரைகள் கொண்ட புட்டியின் அடியில் படபடத்த காகிதம் ஒன்று என் கவனத்தை ஈர்த்தது.

காற்று வருவதற்கான எந்த முகாந்திரமும் இல்லாத அந்த அறையில், மழைக்கால தட்டான்பூச்சியின் சிறகுகளைப் போல அந்தக் காகிதம் படபடத்தது.

அருகில் போய் அதை எடுத்துப் பார்த்தேன். "என் பக்கத்தில் வா. மன்னிக்கிறேன்" என்று எழுதப்பட்டிருந்தது. அது அப்பாவின் கையெழுத்துதான். வெளியூரிலிருந்த அத்தைக்கு அப்பா இன்லாண்ட் லெட்டரில் கடிதம் எழுதுவதைப் பக்கத்தில் இருந்து எத்தனையோ முறை பார்த்திருக்கிறேன். அவர் மெய்யெழுத்துக்களுக்கு புள்ளிக்குப் பதிலாக வட்டம் போடுவதைக் கவனித்திருக்கிறேன். அதே போல வட்டமிட்டு இருந்தது. அது அவரின் கையெழுத்தேதான்.

மெய்நிகரி

அது கிழக்குக் கடற்கரைச் சாலையில் இருக்கும் ஓர் இத்தாலியன் உணவகம். மரமும் செடியும் செறிந்திருக்கும் பச்சைத் தோட்டத்துக்கு நடுவே மண் சுவரால் கட்டி எழுப்பப்பட்ட சிறு, சிறு குடிசைகளின் கூடுகையாக வடிவமைக்கப் பட்டிருந்தது. அவற்றின் நடுவே சிறியதொரு குளம். செந்நாரை ஒன்று குளத்துக்குள் தன் நீண்ட அலகினைக் கவிழ்ப்பதும் நிமிர்வதுமாயிருந்தது.

கார்த்திக் பாலசுப்ரமணியன்

அன்று பகல் முழுவதும் வெயிலின்றி மூடாரமிட்டிருந்த வானமும் கடற்காற்றில் ஏறியிருந்த குளுமையும் அவ்விடத்தை இன்னும் ரம்மியமாக்கியிருந்தது. அந்தச் சூழலில் தன்னைப் பொருத்திக்கொள்ள முடியாமல் அதற்கு முற்றிலும் எதிரான ஒரு நிலையில் நின்று அவன் மனம் மீராவைப் பற்றிய நினைவுகளை ஒவ்வொன்றாக மீட்டி எடுத்துப் படுத்திக்கொண்டிருந்தது. முழுதாகப் பதிமூன்று வருடங்கள் கடந்துபோயிருந்தன. அவளை முற்றிலுமாக மறந்துவிட்டதாய் நம்பிக்கொண்டிருந்த அவனுக்கே அவளைப் பற்றி எழுந்து வந்த சித்திரங்களின் துல்லியத்தைத் தாள முடியவில்லை.

அந்தக் கீழ் நாடி மச்சம், குளித்த தலையின் ஈரம் சொட்டி நனைத்திருக்கும் ஜாக்கெட், கோபக் கனலின் தகிப்பில் அவளுதட்டின் மேல் அரும்பி நிற்கும் வியர்வை, மோகப் பொழுதுகளில் அவன் மார்பில் கவியும் அவ்விளமுலைகளின் வெம்மை, முட்டி குவித்து அழும் கணங்களில் குலுங்கும் அவள் முதுகு, எல்லாவற்றுக்கும் மேலாக எதிரேயிருப்பவரை ஊடுருவித் துளைக்கும் அந்தக் கண்கள்.

கடந்த ஒரு வாரமாகவே அவன் புதிய வேலை எதையும் எடுத்துக்கொள்ளவில்லை. மனதை ஓரிடத்தில் குவியச் செய்வதற்குப் பெரும் பிரயத்தனப்பட வேண்டியிருந்தது. ஏற்கெனவே ஒப்புக்கொண்ட வேலையை முடிப்பதற்குள்ளாகவே போதும் போதுமென்றாகிவிட்டது. அவனுடைய வேலையை இயந்திரகதியில் செய்துவிட முடியாது. மனம் ஓரிடத்தில் குவிய வேண்டும். அதே நேரத்தில் கற்பனை வானமென விரிய வேண்டும். அவன் வரையும் ஒவ்வொரு வரைபடமும் அவனளவில் ஒருவித தியானம்.

ஓவியத்தின் மேலிருந்த பித்து, கணிதத்தில் இளங்கலை முடித்த அவனைப் பெருமைமிக்க ஒரு பன்னாட்டு நிறுவனமொன்றில் வரைபடக்கலை நிபுணனாகக் கொண்டுவந்து நிறுத்தியது. அப்படியாகக் கழிந்த ஐந்து வருடங்களுக்குப் பிறகு அங்கிருந்து வெளியேறி அதையே ஃப்ரீ லான்சராகச் செய்யத் தொடங்கினான். வீட்டுக்குள்ளேயே அலுவலகம். யாருடைய சாட்டைச் சொடுக்குக்கும் கட்டுப்பட்டுச் சுழன்று ஆட வேண்டிய நிர்ப்பந்தமற்ற சுதந்திர வாழ்வு. சமயங்களில் பத்து மணிநேரமெல்லாம் உட்கார்ந்த இடத்தைவிட்டு நகராமல் வேலை செய்திருக்கிறான். அந்தத் துண்டுப் பிரசுரத்தைப் பார்த்த கணத்திலிருந்து, பத்து நிமிடங்கள்கூட சேர்ந்தாற்போல அவனால் உட்கார முடியவில்லை.

அன்று வீட்டு வாசலில் பொத்தென்று வந்து விழுந்த பேப்பர் கட்டின் சத்தம் கேட்டுத்தான் கண் விழித்தான். ஹாலில் ட்யூப் லைட் அணைக்கப்படாமல் எரிந்துகொண்டிருக்க, மெல்லிய சத்தத்தில் டி.வி. ஒரு பக்கம் ஓடிக்கொண்டிருந்தது. டீப்பாயின் மேல் வைக்கப்பட்டிருந்த சிகரெட் அணைக்கும் ட்ரே நிரம்பி வழிந்தது. சோபாவிலேயே படுத்துத் தூங்கிவிட்டிருந்தான். ஒரு பக்கமாய் படுத்திருந்ததில் வலதுபக்கத் தோளும் கழுத்தும் இறுகிப் போய் வலித்தன.

எழுந்து சென்று டி.வி.யை நிறுத்தினான். எரிந்துகொண் டிருந்த ட்யூப் லைட்டை அணைத்துவிட்டு ஜன்னல்களைத் திறந்து விட்டான். ஆஷ் ட்ரேயைச் சுத்தம் செய்து, வீட்டைப் பெருக்கினான். கிழிக்கப்படாமல் விடப்பட்டிருந்த தினசரியைச் சரிசெய்யும்போதுதான் கவனித்தான். அன்று அவன் பிறந்த நாள். ஆம், நாற்பதாவது பிறந்தநாள்.

நாற்பது ஆண்டுகள். நானூற்று எண்பது மாதங்கள். பதினான்காயிரத்துச் சொச்சம் இரவுகள், பகல்கள், இன்னல்கள், இத்யாதி இத்யாதி. நினைக்க நினைக்கச் சலிப்பாக இருந்தது.

மொபைலை எடுத்துப் பார்த்தான். எந்தச் சமூக வலைத்தளத்திலும் உறுப்பினன் கிடையாது. மருந்தெனக்கூட ஒரு வாழ்த்துச் செய்தியில்லை. ஒரே ஒரு வாழ்த்துகூட வரப் பெறாத அளவுக்கு எல்லோருடைய ஞாபகங்களிலிருந்தும் தான் துடைத்தெறியப்பட்டு விட்டேனா என்ற கேள்வி கிடந்து உடற்றியது. தன் மீதே அவனுக்குக் கழிவிரக்கம் மண்டிப் பெருகியது.

காப்பி போட்டு எடுத்துக்கொண்டு சோஃபாவுக்கு வந்தான். எதையும் செய்யப் பிடிக்காத மனச்சோம்பல். நாற்பது ஆண்டுகளை நானூறாய் உணரச் செய்தவை மீராவைப் பிரிந்த இந்தக் கடைசி பதிமூன்று ஆண்டுகள். விரிந்த மனவெளி யெங்கும் தனிமையின் நிழல் படிந்த பதிமூன்று ஆண்டுகள். ஒரு நாளினை மற்றொன்றோடு வேறுபடுத்தி நினைவில் வைப்பதற்குக்கூட உதவாத, சலனமற்ற நதியைப் போன்று ஓடிக் கடந்த பதிமூன்று ஆண்டுகள். ஜன்னல்கள் சாத்தப்பட்ட நீண்ட தூர இரயில் பயணத்தின் பகலைப் போல வெறுமை கூடிய வாழ்வின் பதிமூன்று ஆண்டுகள். தன்னைச் சுற்றி அவன் வரைந்துகொண்ட வட்டத்தின் விட்டம் கொஞ்சம் கொஞ்சமாய்க் குறைந்துகொண்டே வந்து கடைசியில் தனித்ததொரு புள்ளி யாக மட்டும் நிலைத்துவிட்ட இன்றைய நாளில் கொண்டு நிறுத்தியிருக்கும் இப்பதிமூன்று ஆண்டுகள்.

நினைவுச் சிடுக்குகளிலிருந்து மீள்வதற்காக, டீப்பாயின் மேலிருந்த பேப்பர்கட்டினைப் பிரித்தான். பளபளப்பான காகிதத்தில் உள்ளேயிருந்து அந்தத் துண்டுப் பிரசுரம் விழுந்தது. அதன் தலைப்பும் வெகு நேர்த்தியான வடிவமைப்பும் அவன் கவனத்தை இழுத்துப் பிடித்து நிறுத்தியது.

" – வாடகைச் சொந்தங்கள் –

நிரப்பப்படாத உங்கள் வாழ்வின் சில பக்கங்களை எங்களுக்காக ஒதுக்கிக் கொடுங்கள்

ஒரு கையெழுத்து, ஒரு கவிதை, சில குறிப்புகள், சிற்சில புள்ளிகள்

இப்படி ஏதேனும் ஒன்றால் நிரப்பித் தருகிறோம்

நீங்கள் தவறவிட்ட வாழ்வியல் தருணங்களை

நாங்கள் மீட்டுத் தருகிறோம்."

❍

அது ஒரு 'ஸ்டார்ட் அப்' நிறுவனம். அதற்கான சமிக்ஞைகள் அந்த அலுவலகத்தின் ஒவ்வொரு அங்குலத்திலும் தெரிந்தது. மிகச் சிறப்பாக உட்கட்டட வடிவமைப்பு செய்யப்பட்டிருந்தது. பழைய மகாபலிபுரம் சாலையில் ஐ.டி. கம்பெனிகள் நிறைந் திருந்த ஒரு பன்னடுக்குக் கட்டடத்தின் மூன்றாவது மாடியி லிருந்தது அந்த நிறுவனம்.

இவனுக்கு ஆச்சரியமாக இருந்தது. இப்படி ஒன்றிருக்கும் என்பதை அவன் கற்பனைகூடச் செய்துபார்த்ததில்லை. ஒரே நேரத்தில் பதற்றமும், ஆர்வமும் தொற்றிக்கொண்டது. ஜப்பானுடையதைப் போலிருந்த ஒலிச்சேர்க்கை மெலிதாக ஒலிக்கவிடப்பட்டிருந்தது. அறையின் நடுவில் சலசலக்கும் நீரூற்று. ஆங்காங்கே வைக்கப்பட்டிருந்த உள்வீட்டுத் தாவரங்கள், போன்சாய் மரங்கள், கமழும் லாவண்டர் மணம் என்று எல்லாம் சேர்த்து அவ்விடத்துக்கு ஒரு பிரத்தியேக புத்துணர்வை அளித்தன.

அந்தத் துண்டுப் பிரசுரம் மந்திரத்தால் கட்டப்பட்ட வனைப் போல் அவனைக் கட்டி இழுத்துக்கொண்டு அங்கே நிறுத்தியிருந்தது.

அவன் உள்ளே நுழைந்ததும் அங்கே போடப்பட்டிருந்த கண்ணாடியாலான பெரிய டேபிளுக்கு அந்தப் பக்கம் இருந்த பெண்மணி வாஞ்சையாகப் புன்னகைத்தார். அட்சர சுத்தமான ஆங்கிலத்தில் அவனை எதிரேயிருந்த இருக்கையில் அமரும்படி கோரினார்.

"வணக்கம். உங்களுடைய பெயர்?"

சொன்னான்.

அம்மா, அப்பா, சொந்த ஊர், பார்க்கும் வேலை, வசிக்கும் இடம் என ஒவ்வொன்றாய்க் கேட்டு அவருக்கு முன்னிருந்த ஆப்பிள் மடிக்கணினியில் குறிப்பாக எடுத்துக்கொண்டார்.

"எங்களுடைய நிறுவனம் பற்றி உங்களுக்கு எப்படித் தெரிய வந்தது?"

துண்டுப் பிரசுரத்தைப் பற்றியும் அதன் வடிவமைப்பு நேர்த்தியைப் பற்றியும் சொன்னான்.

"மிக்க மகிழ்ச்சி. சொல்லுங்க நித்தில். நாங்கள் உங்களுக்கு எவ்விதம் உதவ முடியும்?"

அவனுக்கு எங்கிருந்து தொடங்குவது என்று தெரிய வில்லை. வனம் தப்பி வந்த காட்டு விலங்கைப் போல் விழித்துக் கொண்டிருந்தான். பேசாமல் ஒன்றுமில்லை என்று சொல்லி எழுந்து போய்விடலாமா என்று யோசித்தான்.

"நித்தில் . . . நீங்க எதையோ நினைச்சு தயங்குறீங்கன்னு நினைக்கிறேன். எதைப் பற்றியும் கவலைப்பட வேண்டாம். எங்களுடையது ஒரு சேவை நிறுவனம். 'ஸூம் கார்' பற்றி கேள்விப்பட்டிருப்பீங்க இல்லையா? அவர்களைப் போலதான் நாங்களும். என்ன அங்கே காரினை வாடகைக்கு எடுக்கிறீர்கள். இங்கே உங்களுக்கு வேண்டிய உறவுகளை, நட்புகளை வாடகைக்கு எடுத்துக்கொள்ளப் போகிறீர்கள். அவ்வளவுதான்" என்று புன்னகை மாறாமல் மெதுவாக தன் தோள்களைக் குலுக்கினாள்.

அவள் வெகு சாதாரணமாக இதைக் கூறிக்கொண்டிருந்த போது, 'இது சரியாக வருமா?' என்று மனதுக்குள் கூட்டிப் பெருக்கி வகுத்துக்கொண்டிருந்தான். அவளே தொடர்ந்தாள்.

"நீங்கள் கேள்விப்பட்டிருக்கலாம். அல்லது கூகிளில் எங்களைப் பற்றித் தேடித் தெரிந்துகொண்டிருக்கலாம். இருந்தா லும் நான் மீண்டும் சொல்கிறேன். இங்கே நீங்கள் அம்மா, அப்பா, மகள், மகன், பேரன், பேத்தி, கணவன், மனைவி என்று பல்வேறு உறவுகள், நண்பர்கள், சுற்றத்தவர்கள் எனத் தேவைப் படும் யாரொருவரையும் தேவையான நேரத்திற்கு வாடகைக்கு எடுத்துக்கொள்ளலாம். இந்தியாவில் வேண்டுமானால் இது புதிதாக இருக்கலாம். ஏற்கெனவே இது போன்ற நிறுவனங்கள் ஜப்பான், அமெரிக்கா போன்ற சில நாடுகளில் பிரபலமானவை.

நாங்களும்கூட ஜப்பானிலிருக்கும் நிறுவனம் ஒன்றுடன் கூட்டு ஒப்பந்தத்தில் இருக்கிறோம். எங்களுடைய முதல் கிளை ஆறு மாதங்களாக பெங்களூருவில் செயல்பட்டு வருகிறது. தற்போது சென்னையிலும், கொச்சினிலும் கிளைகளைத் தொடங்கியிருக்கிறோம். இந்த ஆறு மாதங்களுக்கு உள்ளாகவே எங்களிடத்தில் இருநூற்றுக்கும் மேற்பட்ட வாடிக்கை யாளர்கள் சேவை பெற்றிருக்கிறார்கள். இன்றைய எந்திரமய வாழ்வின் தேவை அப்படியிருக்கிறது. எங்கள் நிறுவனத்தில் ஒவ்வொருவரும் இதனை வேலையாக இல்லாமல் சேவை என்பதாகக் கருதியே செய்துவருகிறோம். இங்கு இருப்பவர் களில் பலரும் முறையாக மனோதத்துவம் படித்தவர்கள் மற்றும் ஆராய்ச்சி மாணவர்கள். பணம் எங்கள் குறிக்கோள் கிடையாது. இதில் அதெல்லாவற்றுக்கும் மீறிய ஓர் ஆத்ம திருப்தி இருக்கிறது. அதனால் உங்களுக்கு எந்தவித குழப்பமோ தயக்கமோ தேவையே இல்லை."

அவள் மனப்பாடமாகிப் போயிருந்ததை எந்திரத் தனம் தொனிக்காமல் கூறிவிட்டு மறுபடியும் புன்னகைத்தாள்.

"எனக்கு மனைவியாக ஒருவர் வேண்டும்!" இப்படியொரு அபத்தமான கேள்வியை முன்பின் அறியாத ஒருவரிடம் கேட்பதற்குத் தமிழைவிட ஆங்கிலம் வசதியாக இருந்தது.

"ஓ . . . நிச்சயமாக" என்றாள்.

தன் பக்கமிருந்த 'டேப்ளட்' போலிருந்த கருவி ஒன்றை எடுத்து என்னிடம் நீட்டி சில விவரங்களை நிரப்பித் தருமாறு கேட்டாள்.

அதில் அவன் விரும்பும் மனைவியின் நிறம், உயரம், எடை என்று தொடங்கி அவளுக்குப் பிடித்தது பிடிக்காதது என்பதுவரை ஒவ்வொன்றாக நிரப்ப வேண்டியிருந்தது. எல்லாவற்றுக்கும் மேலாக அவள் தன்னிடத்தே கொண்டிருக்க வேண்டிய குறிப்பிடத்தக்க நினைவுகள், சம்பவங்கள், அவளைச் சந்திக்க விரும்பும் காரணம் என ஏதேனுமிருந்தாலும் குறிப்பிடச் சொல்லிக் கேட்டது.

அவன் ஒன்றையும் விடாமல் எல்லாவற்றையும் நிரப்பி னான். கிட்டத்தட்ட அவன் அறிந்த மீராவை முழுவதுமாக அதில் கொண்டு வைத்திருந்தான்.

அந்தக் கருவியைக் கையில் வாங்கிப் புரட்டியவள், "நீங்கள் இரண்டு மணி நேரச் சேவை வேண்டும் என்று கோரி யிருக்கிறீர்கள் இல்லையா?" என்றாள்.

"ஆமாம்"

"மகிழ்ச்சி. ஆனால் உடனடியாக சந்திக்க இயலாது. எங்களுக்குக் குறைந்த பட்சம் ஒரு வாரமாவது தேவைப்படும். இந்தச் சந்திப்பு இரண்டு மணி நேரமே என்றாலும்கூட அதைச் சிறப்பானதாக ஆக்க நாங்கள் நிறைய வேலை செய்ய வேண்டியிருக்கும். அதனால்தான் ஒரு வாரம். உங்களுக்குச் சரியென்றால் அடுத்த வாரம் சனிக்கிழமை மாலை நான்கு மணி போலச் சந்திப்பினை ஏற்பாடு செய்ய இயலும்."

அதை மறுப்பதற்கு அவனிடத்தில் எந்தக் காரணமும் இல்லை. சரியென்று தலையாட்டினான்.

O

அது தூக்கமா, விழிப்பா என்று பிரித்துணர முடியாத அளவிலேயே முந்தைய நாள் இரவு கழிந்தது. மீரா வருகிறாள். இல்லை மீராவாக ஒருத்தி வருகிறாள். உண்மையில் மீராவே வந்தாலும்கூட அவள் மீராவைப் போல்தான் இருக்க முடியும். பழைய மீராவாக இருக்க முடியாது.

சொன்னதற்கு அரை மணி நேரத்துக்கு முன்னரே அங்கே வந்துவிட்டான். சிப்பந்திகளின் ஓய்வு நேரமாக அது இருக்கக் கூடும். தேவையென்றால் மட்டும் அழைப்பதாகக் கூறி போகச் சொன்னான். எதிரேயிருந்த அச்சிறுகுளத்தில் பிரதிபலித்த செந்நாரையை உற்றுப் பார்த்துக்கொண்டிருந்தான். அது குளத்தினுள் மீனைக் கொத்திப் பிடிப்பதும் பின்னர் அதனை நீரில் விடுவதுமாய் விளையாடிக்கொண்டிருந்தது.

என்ன பேசுவது? எப்படி ஆரம்பிப்பது? இத்தனை வருடங்கள் கழித்துப் பார்த்ததும் அவள் என்ன கேட்பாள்? வழக்கமான சம்பாசணையைப் போல் 'எப்படி இருக்கிறாய்?' என்று ஆரம்பிப்பது இவர்களிடையே எத்தனை அபத்தமாய் இருக்கும்?

அவன் மனதை மொய்த்துக்கொண்டிருந்த கேள்வி ஈக்களை உணவகத்தின் வாசலில் வந்து நின்ற ஓலா கார் ஒன்றின் சத்தம் கலைத்தது. அதிலிருந்து பெண் ஒருத்தி இறங்கினாள். பக்கத்திலிருந்த காவலாளி ஒருவரிடம் விசாரித்து விட்டு அவன் அமர்ந்துகொண்டிருந்த குடிலை நோக்கி வந்தாள்.

"ஹலோ நித்தில். நான் மீரா!" என்று கூறி கைகுலுக்க தன் கையை அவனருகே நீட்டினாள். குளிர்ந்து நடுங்கிக்கொண்டிருந்த தன் கையை அவனும் நீட்டினான்.

உட்காரச் சொன்னான். அவனுக்கு வாய் உலர்ந்து நாக்கு மேல் அண்ணத்தில் ஒட்டிக்கொண்டது. அவள், அவனுக்கு நேர் எதிரே இருக்கும்படி அமர்ந்துகொண்டாள்.

வந்தவளுக்கு முப்பத்தைந்து வயதிருக்கலாம். கிட்டத்தட்ட மீராவினுடைய வயது. அவளை விடச் சற்று உயரம். அதே போன்ற கோதுமை நிறம். ஒற்றை நாடி. தன்னையறியாமல் வந்தவளையே உற்றுப் பார்த்துக்கொண்டிருந்தான். மீராவுக்கு விருப்பமான 'பீச்' வண்ணத்தில் ஒரு குர்த்தியும், வெள்ளை நிற லெக்கின்சும் அணிந்திருந்தாள். தலையைப் பின்னாமல் முடியின் ஒற்றைக் கற்றையை இழுத்து லேசாக முடிந்து மீதியை விரித்து விட்டிருந்தாள். அப்படித்தான் மீராவும் விடுவாள்.

அவள் வந்ததும் சிப்பந்தி ஒருவன் வந்தான்.

"காஃபி சொல்லட்டுமா?" என்றாள். சரி என்பதாக இவன் தலையாட்டினான். அவள் சொன்னாள்.

உதடும் தொண்டையும் உலர்ந்துபோயிருந்தன. கிளாசில் இருந்த தண்ணீரை எடுத்து ஒரே மிடறாகக் குடித்தான்.

காதலித்துக்கொண்டிருந்த மூன்று ஆண்டுகளிலும் சரி, சேர்ந்து வாழ்ந்த ஒன்றரை ஆண்டுகளிலும் சரி, வெளியே எப்போது சாப்பிடச் சென்றாலும் அவள்தான் ஆர்டர் செய்வாள். வேண்டும் வேண்டாம் என்று தலையசைப்பது மட்டுமே அவனுடைய வழக்கமாக இருந்திருக்கிறது. இப்படியான சின்னச் சின்ன முடிவுகளிலிருந்து வாழ்க்கையையே மாற்றிப் போட்ட பிரதான முடிவுகள் உட்பட அனைத்தையும் அவளே தீர்மானித்திருந்தாள். அதை இங்கேயும் தொடர்ந்தாள்.

சொற்களே இல்லாத மொழியினைப் பேசுபவர்கள்போல ஒருவரை ஒருவர் பார்ப்பதும் பின்னர் ஆளுக்கொரு பக்கம் திரும்பிக்கொள்வதுமாய் இருந்தனர். அவளைப் பார்த்ததும் பேழையில் அடைத்த பாம்பினைப் போல அவன் மனம் சுருண்டுகொண்டது.

இருவருக்குமிடையே நிலைபெற்றிருந்த மவுனத்தை அவளே கலைத்தாள்.

"எப்படி இருக்கெ நித்தில்?"

அவள் முகத்தைப் பார்க்காமல் குளத்தில் இரை தேடிக் கொத்திக்கொண்டிருந்த அந்தச் செந்நாரையைப் பார்த்தவாறே பதில் கூறினான் – "ம்... இருக்கேன்."

"கொஞ்சம் முடியெல்லாம் நரைக்க ஆரம்பிச்சுடுச்சு இல்ல" என்றாள் மெலிதாகச் சிரித்தபடி.

தவிப்பின் சிறு சாயல்கூட அவளிடம் தென்படவில்லை. நிறம் கூடியிருந்தாள். சிரிக்கும்போது அந்தக் கீழ் நாடி மச்சம் அவளை இன்னும் அழகாகக் காட்டியது. வருடங்கள் அவளிடத்தே பெரிய மாற்றம் எதையும் கொண்டுவந்துவிட வில்லை. ஆனால், எதுவுமே நடக்காதது போல இந்தப் பதிமூன்று வருடங்களை முழுதாக முழுங்கிவிட்டு இப்படியொரு அசட்டுத் தனமான கேள்வியை அவளால் எப்படிக் கேட்க முடிகிறது? இயல்பாக நடிக்க முயல்கிறாள். அதைச் சிறப்பாகவும் செய்கிறாள்.

அவன் திரும்பத் திரும்ப தனக்குள் மட்டுமே பேசிக்கொண் டிருந்தான். அதற்காக இங்கே வரவில்லை. சில விசயங்களைப் பேசித் தீர்த்துக்கொள்ள வேண்டும். எத்தனை மூடி மறைத்தாலும் மறந்துவிட்டதாய் ஊரையே ஏமாற்றினாலும் உள்ளுக்குள் இருக்கும் ஒருவனை ஒன்றுமே செய்ய முடியவில்லை. கடைசி யாக அவளிடம் ஒரே ஒரு மன்னிப்பும் கேட்டுவிட்டால்கூடப் போதும். அவ்வளவுதான். இது மட்டும் நடந்துவிட்டால் பின்பு, அவரவர் வேலையைப் பார்த்துக்கொண்டு போய்விடலாம்.

அவளுடைய கேள்விக்குப் பதில் சொல்லவில்லை. அவளைப் பார்த்து கசப்பாகச் சிரித்தான். முகத்தில் எந்தவித உணர்ச்சியையும் காட்டிவிடாமல் இருக்கப் பெரும் பிரயத்தனப் பட்டான்.

அவர்களுக்கிடையில் நேரம் ஒரு நத்தையென ஊர்ந்து கொண்டிருந்தது.

காஃபி வந்தது. அவனுடையதை எடுத்துக்கொடுத்தாள். அப்போதும் கவனித்தான். பின்னர் அவளுடைய காஃபியினை எடுத்துக் குடிக்க ஆரம்பித்தபோதும் கவனித்தான். அவள் தன் இடக்கையைப் பயன்படுத்திக்கொண்டிருந்தாள். அவனுக்கு ஒரு நிமிடம் உடல் மொத்தமும் சிலிர்த்து அடங்கியது. மிகவும் இளகி உணர்ச்சிவசப்பட்ட நிலையில் இருந்தான்.

"எக்யூஸ்மீ . . . மீ . . . மீரா . . . எனக்கு சிகரெட் பிடிக்கணும். இரண்டு நிமிசம்."

"ஓ யெஸ் . . . நோ ப்ராப்ளம்."

அந்த இடத்தை விட்டு வெளியே வந்தான். சற்று தள்ளி வந்து சிகரெட்டை எடுத்துப் பற்ற வைத்தான். கை இன்னும் நடுங்கிக் கொண்டிருந்தது. கையிலிருந்த வியர்வை பட்டு சிகரெட் நனைந்தது. உள்ளங்கைகளை பேன்ட்டில் அழுத்தத் துடைத்துக்

கொண்டான். இங்கே வந்திருப்பவள் மீராவைப் போலி செய்கிறாள். தான் மீராவைப் பற்றிக் கூறியிருந்த தகவல்களை வைத்தே இதைச் செய்கிறாள். கொஞ்சம் மீராவின் ஜாடையிலும் இருக்கிறாள். அதுவரை பரவாயில்லை. ஆனால், மீராவுக்கு இடக்கைப் பழக்கம் உண்டு என்பதை நான் எந்தக் குறிப்பிலும் சொல்லவேயில்லை. அப்படியிருக்க எப்படி இவள் அதையும் பிரதிபலிக்கிறாள்? மீராவைப் பற்றி தேடி அறிந்திருப்பார்களோ? அப்படியானால் அவள் இப்போது என்ன செய்கிறாள் எங்கே யிருக்கிறாள் என அத்தனையும் இங்கே வந்திருப்பவளுக்குத் தெரிந்திருக்க வேண்டும். ஆனாலும், இத்தனை நுணுக்கமாக எப்படிக் கவனிக்க முடியும்? அப்படிக் கவனித்தாலும் இத்தனை இயல்பாக இடது கைப் பழக்கத்தை கொண்டு வர முடியுமா? இல்லை இது தற்செயலான ஒற்றுமையாகத்தான் இருக்க வேண்டும். வேறொன்றுமில்லை. ஆம்! அப்படித்தான் இருக்கும். அப்படி நினைத்துக்கொள்வது மட்டுமே அப்போதைக்குக் கொஞ்சம் ஆசுவாசமளித்தது. அதன் பின் மிகக் கூர்மையாக அவளை அவதானிக்கத் தொடங்கினான்.

அவன் குடிலுக்குள் திரும்பி வந்தான். மொபைலைப் பார்த்துக்கொண்டிருந்தவள் அவன் நுழைந்ததும் அதை அணைத்து உள்ளே வைத்தாள். இப்போது அவன் ஆரம்பித்தான். "உனக்கு நாம கடைசியாப் பார்த்த நாள் ஞாபகம் இருக்கா?"

"ஓ . . . இருக்கே."

"அன்னைக்கு நீ உன் ப்ரெண்ட் ராமோட கல்யாணத் துக்கு கிளம்ப ரெடியாயிட்டு இருந்த."

"ரிசப்ஷனுக்கு."

"ஓ.கே. ரிசப்ஷனுக்கு. அன்னைக்கு நான் வரலைன்னு சொன்னதும் சரி போகுதுன்னு விட்டிருக்கலாம் நீ."

"எனக்காக என்கூட வந்திருக்கலாம் நீ."

"கமான் . . . மறுபடியும் அங்க இருந்து தொடங்க வேண்டாம்."

"கரெக்ட் . . . ப்ளீஸ் லீவ் இட்."

"ஒரு வேளை அன்னைக்கு அப்படி ஒரு சண்டை நடக்காம இருந்திருந்தா?"

"இன்னைக்கு இப்படி ஒரு சந்திப்பு நடக்காமப் போயிருக்கும்". இதைச் சொல்லிவிட்டு அவள் மெதுவாகச் சிரித்தாற்போலத் தான் தெரிந்தது அவனுக்கு. மீராவினுடையதைப் போன்ற அழுத்தமான அதே இகழ்ச்சிரிப்பு. அவனுக்குச் சுருக்கென்றிருந்தது.

மறுபடியும் – மவுனம் –இடைவெளி – நத்தை.

ஒவ்வொருமுறையும் இருவருக்குமிடையே உறைந்து போன மவுனத்தை அவளே உடைத்தாள். "சரி நான்தான் கோவிச்சுக்கிட்டுப் போயிட்டேன்.என்னை வந்து பார்க்கணும்னு தோணலியா உனக்கு? உடனே வரவேண்டாம். ஒரு வாரம். ஒரு மாசம். ஒரு வருசம். ஏன் இந்தப் பதிமூணு வருசத்துல ஒரு தடவக்கூட உனக்கு அப்படித் தோணவே இல்லியா?"

"..."

"நித்தில் நான் உங்கிட்டதான் பேசிகிட்டு இருக்கேன்."

"இல்ல ... முதல்ல அந்தச் சண்டைய நான் ஒரு பெரிய விஷயமாவே எடுத்துக்கல ... நீயே எப்படியும் திரும்பி வந்துடுவன்னு நினைச்சேன்."

"பெரிய விஷயமில்லன்னா நீ இறங்கி வந்திருக்கலாமே? மாட்டே ... எனக்குத் தெரியும். இவ வேற எங்க போயிடப் போறான்னு நினைச்சுட்ட இல்ல?"

"அப்படியில்ல ..."

"இல்ல ... அப்படித்தான்."

"சொல்லப்போனா உனக்காவது போகுறதுக்கு உங்க வீடு இருந்தது. நம்ம கல்யாணத்துல நடந்த அத்தனை பிரச்சினை களையும் மீறி உன்னை ஏத்துக்கிட்ட உங்க அப்பா அம்மா இருந்தாங்க இல்லியா?"

"நீ வந்து பார்த்தியா? நித்திலோட இருந்தா என் லைஃப் நல்லாருக்கும்ன்னு நம்புறேன்ப்பா ... இரண்டு பேருக்கும் ஒருத்தரை ஒருத்தர் பிடிச்சுருக்குன்னு கல்யாணத்துக்குச் சம்மதம் கேட்டு நின்ன அதே முகத்தோட உன்கூட கோவிச்சுக்கிட்டு அங்க போயி நிப்பேன்னு எதிர்பாத்தியா?" இதைச் சொல்லும் அவளின் குரலில் ஏறியிருந்த கடுமை அவனை என்னவோ செய்தது. இது மீராவே தான். அவளுடைய கண்கள் இப்படித் தான் எரிக்கும். அவள் கேள்விகளின் வெம்மை இப்படித்தான் சுடும். எதற்காக இத்தனை நாள் அஞ்சி ஓடினானோ, எந்தக் கண்களைப் பார்ப்பதற்குக் கூசி ஒதுங்கினானோ அதே கண்கள். எதிரேயிருப்பவரை ஊடுருவித் துளைக்கும் அதே கண்கள். அவனால் எதுவும் பேச முடியவில்லை. அவர்களுக்கிடையே இருந்த பதிமூன்று ஆண்டுகள் அந்த காபி டேபிளின் முன் முற்றிலுமாய் கரைந்து ஒழுகிக்கொண்டிருந்தது.

இன்னும் பதினைந்தே நிமிடங்கள். இப்போதைக்கு இதைக் கடந்து ஓடிவிட்டால் போதுமென்று இருந்தது அவனுக்கு.

அதன் பின் இருவரும் ஒரு வார்த்தைகூடப் பேசிக்கொள்ள வில்லை. மொபைலில் அவளுடைய அலாரம் அடித்தது. அதை எடுத்து அணைத்தாள். அவளின் மேலுதட்டில் வியர்வை அரும்பி யிருந்தது. காஃபிக்கான பணத்தை எடுத்து வைத்தாள். தன் கைப்பையை எடுத்துக்கொண்டு கிளம்பிவிட்டாள். இப்போது கிளம்பும்போதும் அவள் அவனிடம் ஒரு வார்த்தையும் சொல்லிக் கொள்ளவில்லை.

குளத்துக்குப் பக்கத்திலிருந்த அந்த தனித்த செந்நாரை சிலையின் மேல் பறந்து வந்த காகம் ஒன்று எச்சமிட்டுப்போனது.

O

தனித்தலையும் நட்சத்திரம்

தூரிகையால் தொட்டு வைத்த கறுப்பு மசியெனப் புள்ளியாய்த் தொடங்கி மெதுவாகப் பற்றிப் படர்ந்து பரவியது இருள். இன்னதெனப் பிரித்தறிய இயலாவண்ணம் இருளின் ரேகைகள் எங்கெங்கும் வியாபித்திருந்தன. ஆள் விழுங்கும்

கார்த்திக் பாலசுப்ரமணியன்

கருமையில் அவள் எதையோ தேடிச் சலித்துக்கொண்டிருந்தாள். மலரினும் மெல்லிய அவளின் பாதங்கள் இரண்டும் தரையில் பாவியிருக்கவில்லை. வெளிச்சக் கீற்றில் தறிகெட்டுத் திரியும் சிறு துகளென அவள் மிதந்துகொண்டிருந்தாள். முடியெது அடியெது என்று அடையாளம் காணவியலாதொரு தனித்த வெளி. முடிவில்லாமல் அவளின் தேடல் நீண்டுகொண்டிருந்தது அவ்வெளியைப் போலவே. முடுக்கிவிடப்பட்ட பெண்டுலமென அவளின் கண்மணிகள் இடமும் வலமுமாய் அலைக்கழிந்தன.

தூரத்தில் தெரிந்ததொரு வெளிச்சப் புள்ளி.

அம்பெனப் பாய்ந்தாள் அதை நோக்கி. அருகில் வர வர அது இன்னும் துலங்கி ஒளிர்ந்தது. ஒரே ஒரு பிரகாசமான புள்ளி. நீங்காது நிலைகொண்டிருந்த இருளுக்குத் தீர்வாய் தூரத்தில் ஒரு துளி வெளிச்சம். இரவுப் பந்தலில் பூத்திருக்கும் ஒரு நட்சத்திரப் பூ. பக்கம் செல்லச் செல்ல அப்புள்ளி ஒரு நட்சத்திரமாய் உயிர்பெற்று மின்னியது. இவள் கண்ணின் மணிகள் அதில் நிலைகொண்டன. அவற்றின் பாவைகள் சுருங்கி விரிந்தன. சுவாசம் மெதுவாய்ச் சீர் பெற்றது.

பக்கம் செல்லச் செல்ல பிரகாசமாய்ச் சுடர்ந்தது அந்நட்சத்திரம். தொடும் தொலைவுக்கு நெருங்கியிருந்தாள். அமுதூட்ட அள்ளியெடுக்கும் அன்னையென அதை இரண்டு கைகளிலுமாய் வாரியெடுத்தாள். மெதுவாய் அதன் மேனி யெங்கும் வருடினாள். நெஞ்சோடு சேர்த்து அணைத்துக் கொண்டாள். கண்களில் நீர் பெருகி வழிந்தோடியது. மெள்ளமாய் ஒன்று இரண்டு மூன்று முறைகள் முத்தினாள்.

இப்போது தூரத்தில் மேலும் சில வெளிச்சப் புள்ளிகள் அவ்வெளியில் கோர்த்துத் தொங்கின. ஆற்றமாட்டாப் பெருந்துயருடன் கையில் ஏந்தி வைத்த அந்நட்சத்திரத்தை எடுத்து மீண்டும் அவ்வெளியில் மிதக்கவிட்டாள்.

○

சட்டென்று எப்படி ஆரம்பிப்பது? எதிலிருந்து தொடங்குவது? அது இயல்பாக இருக்க வேண்டும். சரியாகத் திட்டமிட்டுக் கொள்ளாவிட்டால் வார்த்தை தடுமாறி உளறி வைப்பதற்கே வாய்ப்புகள் அதிகம். சின்ன முகச் சுளிப்பொன்று போதும் அவளுக்கு. கண்டுபிடித்துவிடுவாள். பின்னர், காரியம் கெட்டு விடும். அவளை நான் விசாரிப்பதற்குப் பதில் அவளின் விசாரணைக்கு நான் உட்பட வேண்டியிருக்கும்.

ஆனால், பதில் கண்டுபிடித்தே தீர வேண்டும். ஒரு மாதம் சேகரித்த தகவல்கள், அதிலிருந்து பெறப்பட்ட தரவுகள் என

மற்ற எல்லாவற்றையும் புறம் தள்ளினாலும் அந்த ஒரு விஷயம் உறுத்திக்கொண்டே இருக்கிறது. வேறு எந்த ஒரு வேலையையும் ஒரு மனதாகச் செய்யவிடாமல் படுத்துகிறது. சொல்லப்போனால் அச்சமாக இருக்கிறது. அது குறித்து வேறு யாரிடமாவது ஆலோசனை கேட்கலாம் என்றால், வெளியே சொல்லவும் முடியாது. அத்தனையும் இரகசியம். கொஞ்சம் ஒப்பந்தத்தை மீறினாலும் பெரிய பிரச்சினையில் போய் முடியும். பார்த்துக் கொண்டிருக்கும் வேலைகூட போய்விட வாய்ப்புண்டு. ஆனால், ஒப்பந்தத்தில் கையெழுத்திடும்போது இப்படியான சிக்கல்களை யெல்லாம் கற்பனைகூட செய்துபார்க்கவில்லை.

ஹிந்துஸ்தானி சாஸ்திரிய சங்கீதம் ப்ளூ டூத் ஸ்பீக்கரில் மெலிதாக ஒலித்துக்கொண்டிருந்தது. மீரா, ராபர்ட்டோ பொலேனோவின் 'த ரொமாண்டிக் டாக்ஸ்' புத்தகத்தை வைத்து வாசித்துக்கொண்டிருந்தாள். அட்டையில் கறுப்புப் பூனைப்படம் போட்டிருந்தது. அவள் அமர்ந்திருந்த சாய்வு நாற்காலிக்குப் பக்கத்தில் போடப்பட்டிருந்த ஸ்டூலில், பார்ப்ப தற்கு ஒரு சிறிய பூனைக்குட்டியைப் போலிருந்த ஸ்பீக்கர் வைக்கப்பட்டிருந்தது. அதற்குப் பக்கத்தில் மேலும் இரண்டு புத்தகங்கள் அடுக்கப்பட்டிருந்தன. பக்க அடையாள அட்டைகள் இரண்டு புத்தகங்களிலும் நடுவில் சொருகப்பட்டிருந்தன. ஒரே நேரத்தில் இரண்டு மூன்று புத்தகங்களை வாசிக்கும் பழக்கம் அவளுக்கு உண்டு. ஹாலுக்குத் தமிழ்ப் புத்தகங்கள், டாய்லட்டுக்கு மாத, வார இதழ்கள் என்று வகை பிரிப்பெல் லாம் உள்ளதைக் கவனித்துக் கண்டறிந்திருக்கிறேன். கேட்டுக் கொண்டதில்லை. ஆனால், அது அப்படித்தான் என்பது தெரியும்.

அகில் வீட்டில் இல்லை. டென்னிஸ் கோச்சிங் போயிருக் கிறான். படிப்பில் சற்றுச் சுணங்கினாலும், விளையாட்டில் படு சுட்டி. அவன் மாவட்ட அளவிலான போட்டிகளில் கலந்து கொள்ள ஆரம்பித்த பிறகுதான் நான் அவ்விளையாட்டின் விதிகளைக் கற்றுக்கொள்ள ஆரம்பித்தேன். அவனும் நானும் வீடும் முற்றிலுமாக மீராவின் பொறுப்பில் ஒப்படைக்கப்பட்டுவிட்டோம். அவனுக்காகவே தான் பார்த்துக்கொண்டிருந்த வேலையை விட்டுவிட்டவள், அவன் பற்றிய சின்னச் சின்ன விஷயங்களில் கூட அதீத அக்கறையும், பொறுப்பும் காட்டுபவள். ஆனால், ஏன் அப்படி நடந்துகொள்கிறாள்? அவனை ஏன் அப்படிப் போட்டு அடிக்கிறாள்? எங்கிருந்து அவளில் குடியேறியது இப்படியொரு வன்மம்? நேரில் கொஞ்சமாய் சத்தம்போட்டுத் திட்டிவிட்டு அவன் முகம் சோர்ந்து போயிருந்தால்கூட நாள் முழுவதும் வாடி வதங்கிக் கிடப்பவளால் கனவில் எப்படி இரத்தம் தோயத் தோய அவனை அடிக்க முடிகிறது?

எப்போதோ ஒருமுறை என்றால்கூட வேறு ஏதேனும் காரணங்களைக் கற்பித்து ஒதுக்கிவிடலாம். கடந்த மூன்று மாதங்களாக அவளுடைய கனவுகளைக் கண்காணித்து வருகிறேன். இந்த ஒரு கனவு மட்டும் அவளுக்குத் திரும்பத் திரும்ப வருகிறது. அதில் எப்போதும் அகில் எங்கள் வீட்டு மாடிப்படியிலிருந்து மெதுவாக இறங்கி வருகிறான். மீரா சோபாவின் மீதமர்ந்து வழமைபோல புத்தகம் ஒன்றை வாசித்துக்கொண்டிருக்கிறாள். அவன் கடைசிப் படிகளில் வந்துகொண்டிருக்கும்போதே கொத்தாக அவனது சட்டையைப் பற்றிக்கொள்கிறாள். கன்னம், பிடரி, முதுகென்று தன் கைகளால் பலம்கொண்ட மட்டும் அடிக்கிறாள். அதிலும் தீராத ஆத்திரத் தால், பக்கத்திலிருக்கும் பெல்ட்டை எடுத்து அவனை மாறி மாறி அடிக்கிறாள். அவன் வலி பொறுக்காமல் கைகூப்பி இறைஞ்சுகிறான். இவளுடைய கால்களைப் பற்றிக்கொள்கிறான். ஆனால், அப்போதும் அவள் அடிப்பதை மட்டும் நிறுத்துவ தில்லை. அடித்துக்கொண்டே தானும் அழுகிறாள். இக்கனவுகளில் வரும் ஒரே மாறுதல் அவள் அவனை அடிக்கப் பயன்படுத்தும் ஆயுதங்கள் மட்டுமே. சிலமுறை கைத்தடி. சிலமுறை சாட்டை போன்ற வஸ்து. இன்னும் சில முறை முட்செடிக் கற்றைகள். ஆனால், அவள் கண்களில் மினுக்கும் ஆத்திரமும் கோபத்தில் சுருங்கும் முகமும் துளியும் மாறுவதில்லை.

கோபத்தால் விகாரமடையும் அவளுடைய அந்த முகத்தை எங்கள் திருமண வாழ்வின் ஆரம்பக் காலகட்டங்களில் மட்டுமே பார்த்திருக்கிறேன். அதுவும் பெரும்பாலும் சின்னச் சின்னப்0 புரிதற் குறைகளால் ஏற்படும் மனச்சங்கடங்களின் பொருட்டோ அல்லது அற்ப விசயங்களில் துளிர்க்கும் சண்டை களின் காரணமாகவோ வந்ததாக இருக்கும். ஆனால், நாட்கள் போகப் போக நிலைமை மாறியது. அதுவும் அகில் பிறந்ததும் இன்னும் குறைந்தது. அவனுக்கு இரண்டு வயதாக இருக்கும் போது ஒருநாள் நாங்கள் சண்டை போட்டுக்கொண்டிருந்தோம். பொருட்படுத்தும்படியான பெரிய விஷயமென்று எதுவு மில்லை. ஆனால் அகில் அதைப் பார்த்து பயந்துவிட்டான். நிறுத்தாமல் கதறி அழுதான். ஏங்கி அழுதழுது வாந்தி எடுத்தான்.

அன்றிலிருந்து அவன் முன்னால் நாங்கள் சண்டை யிடுவதை முற்றிலும் நிறுத்திக்கொண்டோம். அதிலும் குறிப்பாக அவள் முற்றிலுமாக அமைதியாகிவிட்டாள். அதன் பிறகு அவளுடைய அந்த முகத்தை இக்கனவுகளில்தான் திரும்பக் காண்கிறேன். எவன் பொருட்டு எல்லாம் நின்றுபோனதோ அவன் மீதே அவையத்தனையும் வெளிப்படுவதைத்தான் தாங்கிக் கொள்ள முடியவில்லை. ஆனால், அதே நேரத்தில் நேரில் அவளிடத்தில் வன்மத்தின் நிழலைக்கூட காண முடிவதில்லை.

ஒளிரும் பச்சைக் கண்கள் ❀ 69 ❀

என்றாவது ஒருநாள் அவளறியாமல் நான் அவளின் கனவுகளைக் கண்காணித்துவரும் உண்மை தெரிந்தால் அந்த நிழல் முகத்தின் நிஜச் சுவடுகளைக் காண நேரிடலாம். அப்போது அதன் உக்கிரம் எந்த அளவில் இருக்கும் என்பதை நான் நினைத்துப்பார்க்கக்கூட விரும்பவில்லை. ஆரம்பத்தில் விளையாட்டும் குறுகுறுப்பும் இருந்ததென்னவோ உண்மை தான். மெது மெதுவாகத்தான் நான் இறங்கியிருந்த காரியத்தின் தீவிரம் புரிய ஆரம்பித்தது. இப்போது, பாதியில் நிறுத்த முடியாது. இத்திட்டத்தின் தலைமைப் பொறுப்பை ஏற்று விட்டு, நானே அதிலிருந்து விலகினால் சரியாக இருக்காது. அதுவும் இது எங்கள் நிறுவனத்தின் மிக முக்கியமான செயல் திட்டம். இது மட்டும் வெற்றிபெற்றால் நிறுவனத்தின் சந்தை மதிப்பு பல மடங்கு உயரும். இதுவரையில், கிடைக்கும் தகவல்களைத் திரட்டித் தொகுத்துக் கொடுக்கும் நிறுவனமாக மட்டுமே எங்களுடையது பார்க்கப்படுகிறது. இதோடு செயற்கை நுண்ணறிவும் சில மருத்துவத் தொழில்நுட்பங்களும் சேரும்போது ஒரு மாயாஜாலத்தையே நிகழ்த்திக் காட்ட முடியும் என்பதை நிரூபிக்கப் போகிறோம். 'மாயா பஜார்' போன்ற பழைய கறுப்பு வெள்ளை மந்திர தந்திரப் படங்களில் வருமே உள்ளத்தைக் காட்டும் ஓர் அபூர்வக் கண்ணாடி! கிட்டத்தட்ட அதைத்தான் கொண்டுவரப் போகிறோம்.

உறக்கத்தின் பல்வேறு படிநிலைகளில் ஒருவர் உடலில் நடக்கும் பல வேதியியல் மாற்றங்கள், நரம்பு மண்டலங்களில் பரிமாறப்படும் செய்திகள் இவற்றைக்கொண்டு அவர் கண்ட கனவை நாங்கள் திரும்ப நிகழ்த்துகிறோம். அக்கனவின் வழியே அவரின் ஆழ் மன விருப்பங்களைக் கண்டறிந்து அவற்றுக்கு உரியவற்றை அவருக்குச் சந்தைப்படுத்துவதே எங்களின் பிரதான நோக்கம். இதன் வழியே, விளம்பர நிறுவனங்களுக்குத் தேவையான வியாபார நுணுக்கங்களை அறியத் தருவதே முதலில் எங்களின் குறிக்கோளாக இருந்தது. ஆனால், இத்திட்டத்தின் உள்ளே இறங்கிய பிறகுதான் இங்கு அதைவிட மிகப்பெரிய தொரு சந்தை வாய்ப்பு இருப்பதைக் கண்டுகொண்டோம்.

ஒரு தனி மனிதனின் கனவுகளில் அவனின் தனிப்பட்ட ஆழ்மனப் பதிவுகளோடு ஒரு சமூகத்தின் கூட்டு நனவிலி ஒன்றும் கூடவே செயல்படுவதைக் கண்டுகொண்டோம். அதன் மூலம் ஒட்டுமொத்த சமூகத்தின் போக்கையே அறிந்து கொள்ள வாய்ப்பிருக்கிறது. வீட்டினுள், நண்பர்களுக்கிடையில், சமூக ஊடகங்கள், டி.வி. நிகழ்ச்சிகள் என்று பல வகையிலும் விவாதிக்கப்பட்ட அல்லது விமர்சிக்கப்பட்ட ஒரு சம்பவம், உண்மையில் தனி மனிதனின் ஆழ்மனதில் எப்படிப் போய்ச்

சேர்கிறது. அதுவே பின்னர் அவனின் பேச்சு செயல் என்று வெவ்வேறு விதங்களில் எப்படிப் பிரதிபலிக்கிறது, அதன் வழியே அவன் சார்ந்திருக்கும் ஒட்டுமொத்த சமூகத்தையும் எப்படிப் பாதிக்கிறது. அதனால் ஏற்படக்கூடிய விளைவுகள் என்ன? அவற்றின் சாதக பாதகங்கள் யார் யாருக்கு என்று பல்வேறு விசயங்களை நாங்கள் எழுதியுள்ள கனவுகளின் சமன்பாட்டின் வழியாகவும், இதற்கெனவே நாங்கள் வடிவமைத்துள்ள நிரல் மொழியின் வழியாகவும் கண்டறிய முடியும். இதற்குத் தேவைப்படுவதெல்லாம் ஒரே ஒரு ஸ்மார்ட் வாட்ச். அதில் எங்களின் மென்பொருளை உள்ளேற்றிவிட்டால் மற்றவற்றை அது பார்த்துக்கொள்ளும்.

இதன் ஒரு பகுதியாகத்தான், இத்திட்டக்குழுவில் உள்ள ஒவ்வொருவரும் அவர்களுக்கு நெருக்கமான ஒருவரின் கனவுகளைத் தொடர்ந்து பதிவுசெய்து ஆராய்வது என்று முடிவானது. அதையும் சார்ந்தவர்கள் அறியாமல் செய்ய வேண்டும். ஏனெனில், தான் கண்காணிக்கப்படுவதைப் பற்றிய பிரக்ஞை சிறிது வெளிப்பட்டால்கூட அவர்களின் உண்மையான ஆழ்மனம் வெளிப்படாமலே போகக்கூடும்.

முதலில் இதை மீராவின் மீது செயல்படுத்திப் பார்த்த போது, இதுவரை யாருக்குமே வெளிப்படுத்தப்படாத மீராவின் ரகசியப் பக்கங்களின் மீது வெளிச்சத்தைப் பாய்ச்சியது அது. வேலை, சோதனை, வெற்றி என்பதையெல்லாம் தாண்டி இது கொடுத்த மனக் கிளர்ச்சி அபரிமிதமானதாக இருந்தது.

அவளுடைய சுவராஸ்யமான கனவொன்று உண்டு. கொத்துக் கொத்தாய் நட்சத்திரங்கள் குவிந்து கிடக்கும் பால்வீதி யில் அவள் இலக்கில்லாமல் பயணிக்கிறாள். மொத்தப் பிரபஞ்சத்துக்கும் வெளியே சென்று பார்த்துவிடுவது போன்ற ஆர்வத்தில் பறக்கிறாள். இரவுப் போர்வையில் சிதறிக் கிடக்கும் நட்சத்திர முத்துக்களைத் தன் வயிற்றுப் பிள்ளைகளைப் போல் பாவிக்கிறாள். தொடுகிறாள். அன்பாய்த் தடவுகிறாள். ஒவ்வொன்றாய் எடுத்து மடியில் ஏந்தி முத்தமிட்டு முத்தமிட்டு மறுபடியும் அவற்றை மிதக்க விடுகிறாள். இக்கனவின் ஆதாரப் புள்ளி என்ன என்பதை நான் நன்கு அறிவேன்.

◯

பன்னிரண்டு வருடங்களுக்கு முன்பு, திருமணமான புதிதில் தமிழக கேரள எல்லையில் இருக்கும் வாகைமானுக்குச் சென்றிருந்தோம். சென்னையிலிருந்து கோட்டயத்துக்கு ரயிலில் வந்தோம். அங்கிருந்து வாடகை வண்டி எடுத்துக்கொண்டோம். டாக்ஸி ஸ்டாண்டில் ஒட்டியிருந்த விலைப்பட்டியலுக்கு மேலே

ஒரு ரூபாய்கூட அதிகம் வாங்கவில்லை. போய்க்கொண்டிருந்த வழியெங்கும் தென்பட்ட பசுமையும் ஈரமும் மனதுக்கு இதமாய் இருந்தது.

தமிழ்நாட்டின் ஊட்டி, கொடைக்கானலைப் போன்றோ, கேரளாவின் மூணாறைப் போன்றோ அதிகம் அறியப்படாத அதே நேரத்தில் அமைதியும் அழகும் நிலவுமிடம் அது. நிலவமைப்பின்படி கேரளாவிலிருந்தாலும் அங்கே வசிப்பவர் களில் சரிபாதி தமிழர்களாகவே இருந்தனர். இரவு உணவுக்குப் பிறகு நாங்கள் தங்கியிருந்த ரிசார்ட்டின் உள்ளேயே மெது நடைக்குக் கிளம்பினோம். மதியம் நன்கு மழைபெய்து வெறித்திருந்ததால் குளிர் அவ்வளவாக இல்லை. வானமும் மேகமின்றி தெளிவாக இருந்தது. நிலவுகூட இல்லை. அதனால் நட்சத்திரக்கூட்டங்கள் துல்லியமாகத் தெரிந்தன. வானத்து நட்சத்திரங்களைப் பார்த்தே வருடக் கணக்கிருக்கும்.

வழியில் போடப்பட்டிருந்த ஒரு மரப்பலகையில் சென்று அமர்ந்தோம். எங்களுக்கு எதிரிலிருந்த செயற்கை ஊற்றி லிருந்து நீர் சலசலத்துப் பொங்கிக்கொண்டிருந்தது. விட்டில் பூச்சிகளின் ரீங்காரம் அவ்விரவின் ரம்மியத்துக்கு மேலும் செறிவூட்டியது. இருவரும் எதுவும் பேசிக்கொள்ளவில்லை. பேசுவதற்கு எவ்வளவோ இருந்தும் இருவருக்கும் இடையில் அமைதி பனியைப் போல உறைந்திருந்தது. மீரா வானத்தி லிருந்த நட்சத்திரங்களையே கண்கொட்டாமல் பார்த்துக் கொண்டிருந்தாள்.

“நித்தில், உனக்கு நட்சத்திரங்கள் பத்தின கதை தெரியுமா?” வானத்திலிருந்து தன் கண்களை நகர்த்தாமல் கேட்டாள்.

“எனக்குத் தெரிஞ்சதெல்லாம் நிலாவில் பாட்டி வடை சுட்ட கதைதான்.”

“நான் சின்னப் பிள்ளையா இருக்கும்போது எங்க அப்பா எனக்கு நட்சத்திரங்கள் பத்தின கதை ஒண்ணு சொல்லிருக்கார். நமக்குப் பிடிச்சவங்க யாராவது கடவுள்கிட்ட போயிட்டா, கடவுள் அவங்களை நமக்காக ஒரு நட்சத்திரமா மாத்தி வானத்தில வச்சுருவாராம். அந்த நட்சத்திரம் எப்பவும் அவங்களுக்கு ரொம்பப் பிடிச்சவங்களுக்கு கண்ணுக்கு மட்டும் தெரியுமாம். இப்போ எனக்கு எங்க அப்பா ஒரு நட்சத்திரமா இருக்கிறது தெரியுது.”

இதுவே மற்றொரு நாளாக, வேறொரு இடமாக இருந்திருந் தால் நான் அவளை காலா காலத்துக்கும் கிண்டல் செய்து நோகடித்திருப்பேன். அன்று, அப்படியொரு இரவில் அவள்

கண்களில் தேங்கி ஒளிர்ந்த நீரைக் கண்ட பிறகு அப்படிச் செய்யத் தோன்றவில்லை. எங்களுக்கும் அன்றைக்குப் பிறகு அப்படியானதொரு இரவு வாய்க்கவே இல்லை.

மீராவை எனக்கு எங்களுடைய பதின்வயதுகளிலிருந்து தெரியும். அவளுடைய அப்பா தான் பார்க்கும் வங்கிப் பணியில் கிடைத்த பதவி உயர்வின் பொருட்டு எங்கள் ஊருக்கு இடம் மாறி வந்திருந்தார். அப்போது நான் பதினொன்றாம் வகுப்பு படித்துக்கொண்டிருந்தேன். அவள் பத்தாம் வகுப்பு. ஒரே பள்ளி. எதிர்ப்படும்போது ஒரு சிறு புன்னகை, மெல்லிய தலையசைத்தல், ஒருவரும் அறியாதொரு நொடியில் ஓரக் கண் பார்வை. இப்படியாக நாங்கள் காதலிக்க ஆரம்பித்தபோது நான் கல்லூரி மூன்றாம் ஆண்டிலும் அவள் இரண்டாம் ஆண்டிலும் படித்துக் கொண்டிருந்தோம்.

எனக்குப் பொருத்தமானதொரு வேலை கிடைத்து அவளும் தன் மேற்படிப்பை முடித்துச் சரியான தருணம் பார்த்து எங்கள் காதலைப் பற்றி அவரவர் வீட்டில் சொல்லும்போது யாருக்கும் எதிர்ப்பதற்கு வலுவான காரணம் ஒன்றும் இருக்கவில்லை. ஆனால், தன் காதலை வீட்டில் சொன்ன நாளிலிருந்து அவள் அப்பா அவளிடம் அதிகம் பேசிக்கொள்வதில்லை என்றாள். அதே நேரத்தில் அவர் கோபித்துக்கொள்ளவுமில்லை. தோழி ஒருத்தியின் திருமணத்துக்குக் கிளம்பிய இவளை ரயிலேற்றிவிட்டு திரும்பிச் செல்லும்போது எதிரே வந்த ரயிலால் துண்டாடப் படும் வரை அவரின் மௌனத்தை நாங்கள் இருவருமே பெரிது படுத்தியிருக்கவில்லை.

○

எங்களிருவரின் பின்புலம் அறிந்த யாருக்கும் இந்தக் கனவை அர்த்தப்படுத்திக்கொள்வதில் அத்தனை சிரமமொன்றும் இருக்காது. இப்படியாகத் திரும்பத் திரும்ப வரும் கனவுகளை அதற்குத் தொடர்புடைய நிகழ்வொன்றின் வழியே அர்த்தப் படுத்திக்கொள்ள முடிந்தது. ஆனால், அவள் அகிலிடம் வெளிப் படுத்தும் மூர்க்கமும், கோபமும், இரத்தம் பார்க்கும் வெறியும் தான் புரிந்துகொள்ள முடியாத ஒன்றாகக் கிடந்து படுத்தியது.

அவளிருந்த அறைக்குள் நுழைந்ததை முதலில் அவள் பொருட்படுத்தவில்லை. ஹாலுக்கு வந்தேன். எதையாவது பேசிக் கிளறி விஷயங்களைப் பெற வேண்டும். என்னால் ஓரிடத்தில் அமர்ந்திருக்க முடியவில்லை. மறுபடியும் அவள் அறைக்குள் நுழைந்தேன்.

"ஏம்ப்பா ... ஏதாவது தேடிக்கிட்டு இருக்கியா?"

ஒளிரும் பச்சைக் கண்கள்

“இல்ல மீரா . . . ஒண்ணுமில்ல. சும்மா சும்மாதான்” எவ்வள வுக்கு எவ்வளவு இயல்பாக இருக்க முயன்றேனோ அவ்வளவுக்கு அவ்வளவும் பதற்றப்பட்டேன்.

ஸ்பீக்கரில் ஒலியை நிறுத்தி வைத்தவள், “டீ போடணுமா?” என்றாள்.

“இல்லயில்ல . . . அதெல்லாம் வேண்டாம்.” என்றேன். என் முகத்தை ஒருமுறை உற்றுப் பார்த்தவள், தான் வாசித்துக் கொண்டிருந்த புத்தகத்தைக் கவிழ்த்தி வைத்துவிட்டு, போனில் நேரம் பார்த்தாள்.

மெதுவான குரலில் தயங்கியபடி, “அகில் வர்ற நேரமாச்சு . . . ப்ளீஸ் இப்போ வேணாமே” என்றாள்.

“அய்யோ மீரா . . . சத்தியமா நான் அதுக்கு வரல. சும்மா பேசலாம்ன்னுதான் வந்தேன்.”

ஒலித்துக்கொண்டிருந்த இசையை இப்போது முற்றிலு மாய் நிறுத்தினாள். கவிழ்த்திருந்த புத்தகத்தில் வேறொரு பக்கத்தில் சொருகியிருந்த பக்க அடையாள அட்டையை எடுத்து வாசித்துக்கொண்டிருந்த பக்கத்தில் அடையாளத்துக்கு வைத்து மூடினாள். என் முகத்தைப் பார்த்து ‘இப்போ சொல்லு’ என்பதாகப் புருவத்தை உயர்த்தினாள்.

“அகில் அடுத்து நைன்த் போறான் இல்லியா?”

“இல்லை எய்த்.”

“ஓ ஸாரி . . . எய்த். எய்த். அகில் குட்டிய அடுத்த வருஷத்தி லேருந்து போர்டிங் ஸ்கூல்ல போடலாமா? இண்டர்நேஷனல் ஸ்கூல். என் ஃப்ரெண்டோட பையன் படிக்கிறான். அங்க இப்போ யாரோ டிரான்ஸ்ஃபர் வாங்கிட்டு போயிருக்காங்க. அதனால ஒரு இடம் இருக்கு போல. கோச்சிங் எல்லாம் ரொம்ப நல்லா இருக்காம். நல்ல சான்ஸ் மிஸ் பண்ணிடா தன்னு சொல்றான். நீ என்ன சொல்ற?”

“நோ வே நித்தில் . . . நோ வே . . . இருக்கிறது ஒரே ஒரு பையன். அவனையும் போர்டிங்ல போட்டு நாம ரெண்டு பேரும் நடு வீட்டுல விட்டத்தப் பார்த்து உட்கார்ந்திருப்போமா? ஏன் திடீர்ன்னு இப்படியெல்லாம் உனக்கு யோசனை வருது. அவன் நம்ம கண்ணு முன்னாடியே இருக்கட்டும். அங்க என்ன சொல்லித் தருவாங்களோ அதை நான் இங்கேயே அவனுக்கு சொல்லித்தறேன். அவன் என்ன படிக்கிறதா இருந்தாலும் வீட்டில இருந்தே படிக்கட்டும். அவனுக்கு படிப்பைவிட ஸ்போர்ட்ஸ்தான் இண்டரெஸ்ட்ன்னா அதுலயே வரட்டும்.

ஜஸ்ட் பாஸ் பண்ணாகூட எனக்குப் போதும். ப்ளீஸ் இதைப் பத்தி எங்கிட்ட அடுத்து எதுவுமே பேச வேண்டாம். ப்ளீஸ்."

அவளைச் சமனப்படுத்திவிட்டு ஹாலுக்கு வந்தேன். அவள் பேச்சில் இடறல் இல்லை. முகத்தில் சிறு பிசகும் இல்லை. சந்தேகிக்கவே முடியாத உண்மையான அன்பு அவளுடையது. எனக்குத்தான் மண்டை பிளந்துகொண்டு வந்தது.

சிக்கலான விடை கண்டறியாத விஷயங்களை மனதின் ஓரத்தில் போட்டுவிட்டு அப்படியே விட்டுவிட வேண்டும். தக்க நேரம் வரும்போது தன்னாலே விடை கிடைக்கும். பலமுறை அனுபவத்தில் கண்ட பாடம். எனவே அவளுடைய கனவையும் அப்படி ஓரத்தில் போட்டு வைத்திருந்தேன்.

மூன்று வாரங்களுக்குப் பின்னர் ஒருநாள் அகில் சிறுவர்களுக்கான மாநில அளவிலான டென்னிஸ் போட்டிக்குத் தகுதி பெற்றிருந்தான். மீரா உற்சாகமாக இருந்தாள். பெரிய ஆர்வமில்லை என்றாலும் அவர்கள் இருவரின் சந்தோசம் என்னையும் பற்றிக்கொண்டது. அன்றிரவு இரவு உணவுக்கு ஓட்டலுக்குச் செல்லத் திட்டமிட்டிருந்தோம்.

உணவுக்கு ஆர்டர் கொடுத்துவிட்டுக் காத்திருக்கும்போது பள்ளிப் பருவத்து நண்பனிடமிருந்து வாட்ஸப்பில் குறுஞ் செய்தி ஒன்று வந்திருந்தது. அகில் டென்னிஸ் உடையில் கையில் ராக்கெட்டுடன் இருக்கும் புகைப்படத்தை என்னுடைய வாட்ஸ்அப்பில் நிலைத் தகவலாக வைத்திருந்தேன். அதற்குத் தான் அவன் பதில் அனுப்பியிருந்தான்.

"இது அகில் இல்லை. என்னுடன் எட்டாம் வகுப்பு படித்த நித்திலன்தான். அப்படியே இருக்கிறான்!" என்று அனுப்பியிருந்தான்.

ஒரே வரியில் எனக்கு எல்லாம் விளங்கியது. எங்களின் பன்னிரண்டு வருடத் திருமண வாழ்வும் அடுத்த பத்து நிமிடங்களில் கண்முன்னே காட்சி காட்சியாக விரிந்தது. அவ்விடத்திலிருந்து முற்றிலும் துண்டித்துப் போயிருந்தேன்.

ஒரே ஒரு உண்மை மட்டும் புரிந்தது. ஒரு வேளை மீராவுக்கு முன்னால் நான் இறக்க நேரிட்டால் அவள் கண்ணுக்குத் தெரியாத நட்சத்திரமாய் தனித்து அலைந்துகொண்டிருப்பேன்.

ஜன்னல்

1

அறையின் எல்லாப் பக்கங்களும் அடைக்கப்பட்டிருந்தன. இருள் திரவமாகி வழிந்துகொண்டிருந்தது. நாசியைத் துளைத்தது

கார்த்திக் பாலசுப்ரமணியன்

பழம்பாசியின் வாடை. சுற்றிலும் தவளைகளின் கூக்குரல். கண்கள் இருளுக்குப் பழக நேரம் பிடித்தன. கைகளை நீட்டித் துழாவினேன். முழுவதுமாக கைகளை நீட்டும் சுதந்திரத்தைப் பறித்து இடித்தது சுவர். சுற்றிலும் சுவர். சுவரைப் பற்றிய உள்ளங்கையில் படிந்தது வழுவழுப் பாசியின் ரேகை. அருவருப் புடன் சட்டையில் துடைத்துக்கொண்டேன். கைகளை நன்கு கழுவ வேண்டும். மெதுவாக, ஒவ்வொரு விரலுக்கு இடையிலும் மேலும் கீழும் நக இடுக்குகளையும் சேர்த்து கவனமாய்க் கழுவ வேண்டும். 'ஹாப்பி பர்த் டே' பாடிக்கொண்டே அது முடியும் வரை கழுவ வேண்டும். கணுக்கால்வரை தண்ணீர் நிரம்பி யிருந்தது. அதன் குளுமை பாதங்களில் ஓடிய நரம்பு ஒவ்வொன்றை யும் தொட்டுக் கிளர்த்தியது. மெது மெதுவாக, பார்வை துலங்க ஆரம்பித்தபோது அது அடைக்கப்பட்ட அறையல்ல, கிணறு என்பது விளங்கியது. அதைப் பார்க்க விரும்பாமல் கண்களை இறுக மூடிக்கொண்டேன்.

அப்படியே எவ்வளவு நேரம் போயிருக்கும் என்று தெரிய வில்லை. உறங்கிக்கொண்டிருந்தவனின் பின் மண்டையில் நன்கு முறுக்கித் திரட்டப்பட்ட கடப்பாரை போலிருந்த கம்பியால் ஓங்கி அடித்ததைப் போலிருந்தது முதல்முறை ஒலித்த அந்த அழைப்புமணியின் ஓசை. அதன் பின்னான ஒவ்வொரு அழைப்புக்கும் அடிபட்ட மண்டைப் பிளவிலிருந்து இரத்தம் பீய்ச்சி அடித்தது. தலை பாரமாகி கனத்தது. தலையை இரண்டு உள்ளங்கைகளாலும் இறுகப்பிடித்தபடி எழுந்து உட்கார்ந்தேன். தலையணை நனைந்திருக்கிறதா என்று ஒருமுறை தடவிப் பார்த்தேன். அச்சப்படும்படியான அசம்பாவிதம் ஏதும் நிகழ்ந்திருக்கவில்லை. வெறும் கனவுதான். அடியொன்றும் இல்லை ஆனால் வலி மட்டும் இருந்தது. வரவேற்பு அறையிலிருந்த வாஷ் பேஸினில் கைகளைச் சோப்பு போட்டுக் கழுவிக்கொண்டேன். மறக்காமல் 'ஹாப்பி பர்த் டே' பாட்டுப் பாடினேன். பாட்டின் முடிவில் அதுவரை மறந்துவிட்டதாக நம்பிக்கொண்டிருந்த அவளின் பெயரை அனிச்சையாக உச்சரித்தேன். ச்சை சைத்தான்!

அந்தி அடைந்த பிறகே மனமும் உடலும் உற்சாகம் கொள்ள ஆரம்பிக்கிறது. ஊர் உறங்கும்போது விழித்திருப்பதும், அது பரபரப்பாய் ஓடிக்கொண்டிருக்கும்போது ஒடுங்கி உறங்குவதும்தான் உவப்பானதாகவும் இயல்பானதாகவும் இருக்கிறது. முந்தைய இரவு தொடர்ச்சியாக மூன்று படங்களைப் பார்த்துவிட்டுத் தூங்கும்போது மணி நாலரையைத் தொட்டிருந் தது. அப்போதும் தூக்கம் பிடிக்கவில்லை. அதுவரை சந்தித்த தோல்விகள், அடைந்த அவமானங்கள், நேர்கொண்ட புறக்கணிப்புகள், துரோகங்கள் என்று மனதின் இருண்ட மூலைகள் ஒவ்வொன்றாய்த் தேடித்தேடி கரம்பித் தள்ளியது

முந்தைய இரவென்னும் எலி. எண்ணவும் தகாத உறவொன்றின் நினைவின் துணைகொண்டு மைதுனம் செய்து முடித்தபோது தான் தூங்கியிருக்க வேண்டும். இப்போது இது ஒரு வாடிக்கை. அறையில் ஆள் யாரும் இல்லாததால் கிடைத்திருக்கும் புது வசதி.

சரிந்திருந்த லுங்கியை முதலில் சற்று தளர்த்தியும் பின்பு இழுத்து இறுக்கியும் கட்டிக்கொண்டேன். கைகளைக் கழுவி முடித்து முகத்தில் தண்ணீரை அடித்துக்கொண்டிருக்கும்போது மறுபடியும் அழைப்பு மணி ஒலித்தது. முகத்திலறைந்த நீரோடு அப்படியே போய் கதவைத் திறந்தேன். கதவிலிருந்து மூன்றடி தள்ளி முகத்தில் பச்சை நிறக் கவசம் அணிந்த பெண் ஒருத்தி ஒரு கையில் பரிச்சை அட்டையும் மறு கையில் புட்டத்தில் மூடி சொருகப்பட்டிருந்த ரெனால்ட்ஸ் பேனாவுமாக நின்று கொண்டிருந்தாள். அனிச்சையாகக் குனிந்து லுங்கியைச் சரிபார்த்துக்கொண்டேன்.

கவசம் முகத்தை மூடியிருந்ததில் தனித்து ஒளிர்ந்தன கண்கள். கவசத்துக்குப் பின்னிருக்கும் முகத்தைக் கண்களால் வரைந்து பார்த்தேன். இன்று மூன்றாவது நாள் என்று நினைக் கிறேன். தினமும் வருகிறாள். கழுத்தில் நீல நிறத்தில் மாநகராட்சி யின் அடையாள அட்டை தொங்கிக்கொண்டிருந்தது.

"பேர் தீபன் இல்லியா?"

"ஆமா."

"வயசு?"

"இருபத்தி நாலு." முகத்திலிருந்து வழிந்த தண்ணீர் சொட்டுச் சொட்டாய் லுங்கியை நனைத்தது.

"காய்ச்சல், சளி, இருமல் ஏதாவது இருக்கா?"

"இப்போதைக்கு இல்லை."

அவளைப் புன்னகைக்கச் செய்ய வேண்டும் என்று எண்ணி எதுவும் சொல்லவில்லை. ஆனால் அவள் மெலிதாகச் சிரித்துக் கொண்டது அவள் அணிந்திருந்த பச்சைநிறக் கவசத்தை மீறி கண்களில் தெரிந்தது. அவள் எப்போது அங்கிருந்து கிளம்புவாள் என்றிருந்தது. மூத்திரப்பை கனத்து முடுக்கிக்கொண்டிருந்தது.

"பேயே, பேயே சீக்கிரம் போய்த் தொலையேன்."

சொன்ன ஒவ்வொன்றையும் குறித்துக்கொண்டாள். தலையை, 'போய் வருகிறேன்' என்பதாக அசைத்துவிட்டுக் கிளம்ப எத்தனித்தவள் மறுபடியும் என் பக்கமாகத் திரும்பி, "வீட்ல உங்களைத் தவிர வேறு யாராவது இருக்காங்களா?" என்றாள்.

“இல்லை” என்று சொன்னதும் திரும்பவும் கவசத்துக் குள்ளாகப் புன்னகைத்துக்கொண்டாள். அந்த நேரத்தில் என் கைக்குக் கனவில் கண்ட இரும்புத் தடி ஏதும் கிட்டாதது எங்கள் இருவரது அதிர்ஷ்டம் என்றுதான் சொல்ல வேண்டும்.

அவள் கிளம்பிப் போனதும் மூத்திரப் பையைக் காலி செய்துவிட்டு, அவள் தொட்டிருக்கச் சாத்தியமிருந்த கிரில் கதவுகளின் கம்பிகள், அழைப்பு மணியின் ஸ்விட்ச், அவள் கை வைத்துத் திரும்பிய சுவர்ப்பகுதி என்று ஒவ்வொன்றையும் கிருமி நாசினியில் நனைக்கப்பட்ட துணிகொண்டு துடைத்தேன். கைகளை மறுபடியும் ஒருமுறை சோப்பிட்டுக் கழுவினேன். கதவினைத் தாழ்ப்பாள் இடாமல் சாத்தினேன். என் அறையில் ஜன்னல்களுக்குப் போடப்பட்டிருந்த கனத்த திரைச்சீலை சற்று விலகி, ஒளி உள்ளே வந்துகொண்டிருந்தது. அதைச் சரிசெய்து மீண்டும் அடரிருளைத் தருவித்தேன். அவ்விருள் மட்டுமே மனதுக்கு இதமாக இருந்தது. இமை கனத்து வலித்தது. மறுபடியும் படுக்கையில் சாய்ந்துகொண்டேன்.

❍

2

அறையெங்கும் இருளின் ஆக்கிரமிப்பு. தனிமையின் வாசனை. நாவெங்கும் கசப்பின் ருசி. இருந்தும் யாருமறியாமல் எரிந்து கொண்டிருந்தது நினைவுகளின் சுடர். தூக்கம் வரவில்லை. எழுந்து அமர்ந்துகொண்டேன். வலி, தலையிலிருந்து பின் மண்டை வழியே இறங்கி கழுத்துவரை நீண்டது. மீண்டும் விண்விண்ணென்ற வலி. ஓரிடத்தில் உட்கார்ந்திருக்கவும் இயலவில்லை. தலையணையைச் சற்று உயர்த்தினாற்போல் வைத்து மறுபடியும் சாய்ந்து படுத்துக் கொண்டேன். எத்தனை கவனமாய் மறைத்தபோதும் மெல்லிய ஒளி எங்கிருந்தோ அறைக்குள் கசிந்துகொண்டிருந்தது. அவ்வொளி யின் பிரதிபலிப்பில் அறையின் காற்றாடி புதுப் புது வடிவெடுத்துச் சுழன்றுகொண்டிருந்தது. அது காற்றை விலக்கி ஒலித்த ஓசை மட்டும் செவிகளை நிரப்பிக் கொண்டிருந்தது. மொபைலை எடுத்து நேரம் பார்த்தேன். மணி எட்டரை. இன்னும் கொஞ்ச நேரத்தில் சோட்டு, காலை உணவைக் கொண்டுவந்து வைத்துவிடுவான். அவன் வந்து போனதும் சாப்பிட்டுவிட்டு ஒரேயடியாகத் தூங்கிக் கொள்ளலாம்.

சோட்டு, இப்போது எனக்கும் அவனுக்கும் மட்டுமாகச் சமைக்கிறான். நான் தங்கியிருந்தது மூன்று அறைகளைக்கொண்ட வீடு. ஒவ்வொரு அறையிலும் இரண்டு அடுக்குகளைக் கொண்ட இரண்டிரண்டு கட்டில்கள். அறைக்கு நான்காக இந்த வீட்டில் மட்டும் மொத்தம் பன்னிரண்டு பேர்கள் வசித்துக்

கொண்டிருந்தோம் போன வாரம்வரை. இதே போன்ற மூன்று அறைகள் கொண்ட வீடு மூன்றும், இரண்டு அறைகள் கொண்ட வீடு நான்கும் என மொத்தம் ஏழு வீடுகள் கொண்ட இந்தச் சிறு அடுக்குமாடிக் குடியிருப்பு முழுவதும் ஒரே ஒருவருக்குச் சொந்தமானது. இக்குடியிருப்பின் உரிமையாளர் ஒரு முன்னாள் கவுன்சிலர். இது தவிர்த்து பக்கத்தில் அவருக்குத் தனி வீடு ஒன்றும் இருந்தது. அங்குதான் அவர் வசித்துவந்தார். சாப்பாட்டுடன் சேர்த்து அறைக்கு ஒருவருக்கு ஆறாயிரம் ரூபாய். குளியலறை வசதியுடன் கூடிய எங்கள் அறைக்கு மட்டும் ஆறாயிரத்து ஐந்நூறு. இப்போது அங்கிருந்த அத்தனை வீடுகளுக்கும் சேர்த்து நான் ஒரே ஒருவன் மட்டுமிருந்தேன். மற்றவர்கள் அத்தனை பேரும் அவரவர் ஊர்களுக்குச் சென்றுவிட்டார்கள்.

சோட்டுவுக்குச் சொந்த ஊர் ஒடிஸாவின் நுப்பாடா மாவட்டத்திலுள்ள ஒரு சிறு கிராமம். அவனும் அவனுடைய நண்பர்கள் சிலரும் இப்பகுதியில் இதுபோன்று இருந்த விடுதிகளில் இரண்டு மூன்று பேர்களாகச் சமையல் வேலையிலிருந்தனர். அவர்கள் அத்தனை பேரும் ஊருக்குக் கிளம்பி விட்டனர். சோட்டு மட்டும் ஊருக்குச் செல்லாமல் இங்கேயே தங்கிவிட்டான். ஏன் போகவில்லை என்று கேட்டதற்கு அவன் ஏதேதோ காரணங்களை அடுக்கினாலும் பயணத்தின் பொருட்டு அவன் தன் சேமிப்பைச் செலவு செய்ய விரும்பவில்லை என்பதே உண்மை. விமானம், ரயில், பேருந்து என்று மாநிலங்களுக்கு இடையிலான எல்லாவிதமான போக்குவரத்துகளும் நிறுத்தப்பட்டுவிட்டன. அவன் நண்பர்கள் சேர்ந்து யார் யாரையோ பிடித்து பால் கேன்கள் ஏற்றிச் செல்லும் டெம்போவை எப்படியோ பணம் கொடுத்து ஏற்பாடு செய்திருந்தனர். அடுக்கப் பட்ட பால் கேன்களுக்குப் பின்னால் இருக்கும் சிறிய இடத்தில் பன்னிரண்டு பேர்கள் கிட்டத்தட்ட முப்பத்திரண்டு மணி நேரப் பயணம்.

இதற்கு முன்பு அவனிடம் அதிகம் பேசியதில்லை. 'சோறிடு', 'குழம்பு கொண்டுவா', 'காயைத் தனியே வை' – இவற்றுக்கு மேல் ஒரு வார்த்தை அதிகமாய்ப் பேசியதில்லை. எல்லோரும் அவரவர் ஊருக்குக் கிளம்பியிருந்த நாளன்று அவன் தங்கியிருந்த சமையல் அறையிலிருந்து டிரான்சிஸ்டர் வழியாகப் பழைய இந்திப் பாடல் ஒன்று ஒலித்துக்கொண்டிருந்தது. விடியும்வரை அவ்வறையின் விளக்கு அணையாமல் எரிந்துகொண்டிருந்தது.

வரவேற்பறையில் நடமாடும் சத்தம் கேட்டது. சோட்டுவாகத் தான் இருக்க வேண்டும். இப்போது வெளியே போனால் அவனிடம் ஏதாவது பேச வேண்டியிருக்கும். அதற்கான மனநிலை இல்லை. இப்போதெல்லாம் யாரிடமாவது பேசுவதென்பதே எரிச்சலைக்

கொடுக்கிறது. அதுவும் காரண காரியமில்லாமல் சம்பிரதாயத்தின் பொருட்டு பேசுவதைப் போன்ற அபத்தம் வேறெதுவுமில்லை. 'ஹலோ', 'வணக்கம்', 'நலமா?' போன்றவையே ஒரு மொழியின் அருவருப்பூட்டும் வார்த்தைகள் என்பேன்.

அலுவலகம், வீடு, தெருக் கடைகள், இதோ இப்போது தங்கியிருக்கும் விடுதி என எந்தவொரு இடத்திலும் உள்ளத்தில் உள்ளதைப் பேசிவிட முடிவதில்லை. இடத்துக்கும் ஆளுக்கும் தக்கவாறு புதிய புதிய முகங்களை எடுத்துச் சூட்டிக்கொள்ள வேண்டியிருக்கிறது. கேட்ட விடுமுறையைக் கொடுக்காமல், எதிரே பார்க்க நேர்ந்த பாவத்துக்காக வலிந்து வரவழைத்துக் க்கொண்ட அக்கறையுடன் "இப்போ உடம்புக்குப் பரவாயில் லையா?" என்று கேட்ட மானேஜரிடம் "அதை நான் பாத்துக்கிறேன். உன் வேலையைப் பார்த்துட்டுப் போடா மயிரே," என்றுதான் நான் சொல்லியிருக்க வேண்டும். தனித்த பயணமொன்றின் போது, "பேமிலியா வந்துருக்கோம். கொஞ்சம் மாறி உட்கார்ந்துகொள்ள முடியுமா?" என்று கேட்டவனிடம் காதுக்கு அருகில்போய் "ஏன் சார் உங்களுக்கு நம்பிக்கையில்லையா?" என்று சிரித்துக் கொண்டே கேட்டிருக்க வேண்டும். ஆசையாகத்தான் இருக்கிறது. ஆனால், இப்படிப் பேசிவிட முடிவதில்லை. மாறாக நன்றிகளை யும், பரவாயில்லைகளையுமே பதிலாகத் தர வேண்டியிருக்கிறது. அதனால்தான் மனதுக்குப் புறம்பாகப் பேச வேண்டியிருக்கும் சந்தர்ப்பங்களையே தவிர்த்துவிடப் பார்க்கிறேன். அது இயலாத போது இத்தகைய உரையாடல்களை விரும்பும், வரையறுக்கப் பட்ட கோடுகளின் மேல் விலகாமல் நடக்கும் மனிதர்களையே ஒட்டுமொத்தமாக வெறுக்கத் தொடங்கிவிடுகிறேன்.

அரவம் ஓழிந்ததும் எழுந்து வரவேற்பு அறைக்கு வந்தேன். சோட்டுதான் வந்துபோயிருக்கிறான். சாப்பாட்டு மேசையில் மூடியிருந்த தட்டுக்களை விலக்கினேன். ஒரு தட்டில் நான்கு தோசைகளும் சின்ன கிண்ணத்தில் தொட்டுக்கொள்ள உருளைக் கிழங்கு போட்டுச் செய்த குழம்பும் இருந்தது. வாசனையே பசியைக் கிளறியது. மறுபடியும் கைகளைச் சோப்பு போட்டு 'ஹாப்பி பர்த் டே' பாடிக்கொண்டே கழுவினேன்.

பொதுவாக சோட்டுவின் சமையல் பிரமாதமாக இருக்கும். அவன் அளவுக்கு ரொட்டியை மிருதுவாகவும் சுவையாகவும் செய்யும் இன்னொரு ஆளைப் பார்த்ததில்லை. மஞ்சளைத் தூவி, வெந்தயக் கீரையைக் கிள்ளிப்போட்டு போகிற போக்கில் செய்து கொண்டுவரும் பருப்புக் கடைசலுக்குப் பிரமாதமாக சுவை கூடிவிடும். பத்து பன்னிரண்டு பேருக்குச் சமைக்கும்போது இருந்த பக்குவமும் சுவையும் இரண்டே இரண்டு பேருக்குச் சமைக்கும்போது ஏனோ கூடாமல் போனது.

3

இரண்டாவது தோசையைப் பிய்த்து உருளைக்கிழங்கு குழம்பில் தோய்த்துத் தின்றுகொண்டிருக்கும்போதுதான் அன்று இன்னும் பல் விளக்கியிருக்கவில்லை என்பது உறைத்தது. வீடடங்கி இருக்கும் இந்நாட்களில் நான் குறைந்தபட்சமாகப் போற்றி வந்த அன்றாட ஒழுங்குகளும் கலைந்து தலைகீழாகிப் போயிருந்தன. வாட்ஸ்அப்பில் வைக்கப்பட்டிருக்கும் நிலைத் தகவல்கள் ஒவ்வொன்றாய் பார்க்கத் துவங்கினேன். பிறப்புக்கும் இறப்புக்கும் இடையிலிருக்கும் அபத்தக் களஞ்சியங்கள் அத்தனையையும் ஒருசேரத் தரிசிக்க இதைவிட வேறொரு சிறப்பான இடமெதுவும் இல்லை. ஒவ்வொன்றாகக் கடந்து போய்க்கொண்டிருக்கும்போதுதான் இடையில் வரிசையாக அனுமன் படங்கள் வைக்கப்பட்டிருந்த வேங்கடநாதனின் நிலைத்தகவல் கண்ணில்பட்டது. மூன்று நாட்களாக முப்பது முறைக்கும் மேல் அழைத்திருப்பேன். ஒருமுறைகூட போனை எடுக்கவில்லை. இருக்கும் அவசரநிலையில் எங்காவது சிக்கிக் கொண்டிருப்பானோ என்று நினைத்தால் வாட்ஸ்அப் நிலைத் தகவலில் அனுமனுக்குப் பிறந்தநாள் வாழ்த்துக்கள் சொல்லிக் கொண்டிருக்கிறான் தடியன். அவன் இனி போனை எடுப்பான் என்ற நம்பிக்கையும் போய்விட்டது. வெறும் முன்பணத்தோடு போனது வரையில் சற்று மகிழ்ச்சி. இப்படித்தான் பெரிய இழப்புகளுடன் ஒப்பிடச் சிறிதாகத் தெரியும் இழப்புகளுக்கும் துயரங்களுக்கும் என்னுடைய அகராதியில் மகிழ்ச்சி என்று பெயர் வைத்திருக்கிறேன்.

வாழ்வின் மீது கொஞ்சமே கொஞ்சம் நம்பிக்கைகொள்ளும் படி பற்றிக்கொள்ளச் சிறு கயிறு கிடைக்கும்போதெல்லாம் பெரும் கோடாரி ஒன்றை எடுத்துக்கொண்டு காலம் புன்னகைத்த படி என் பின்னே நிற்கிறது. பன்னிரண்டாம் வகுப்பு தேர்ச்சிக்குப் பிறகு நல்லதொரு பொறியியல் கல்லூரியில் சேர்ந்து படிக்க வாய்ப்பிருந்தும் அப்பாவின் மரணம் அதைக் கலைத்துப் போட்டு ஊருக்கு அருகில், தினம் எட்டு கிலோமீட்டர் சைக்கிள் மிதித்துப் போய்வரும்படியான பாலிடெக்னிக்கில் கொண்டு சேர்த்தது. அங்குப் படித்துத்தேறி வேலைக்கு வந்து பத்தாயிரத்தில் ஆரம்பித்து நான்கு வருடங்களில் இன்று இருபதாயிரம் சம்பளம் வாங்கும்போது சேர்ந்திருக்கும் கடன் கழுத்தை நெரித்து நின்றுகொண்டிருக்கிறது. இதிலிருந்து தப்பி வெளியேறக் கிடைத்த சிங்கப்பூர் செல்லும் வாய்ப்பினை இன்றைய உலகளாவிய ஊரடங்கு இன்னும் எத்தனை ஆண்டுகளுக்குத் தள்ளிப்போட் டிருக்கிறது என்று தெரியவில்லை. அவ்வாய்ப்பு தள்ளிப்

போடப்பட்டிருக்கிறதா அல்லது முற்றிலும் கைதவறிவிட்டதா என்ற கேள்விக்கு என்னிடம் பதில் இல்லை.

இதற்கிடையில் கிடைத்த ஒரே ஆறுதல் மீரா. ஆனால், எதிர்பாரா தருணமொன்றில் நான் அறிய நேர்ந்த துரோகத்தின் கூர்மை அவளையும் என்னையும் இருவருக்குமிடையிலிருந்த உறவையும் ஆளுக்கொரு திசையில் கிழித்து எறிந்துவிட்டுப் போனது. இத்தகைய தனிமைச் சிறை நாட்களில் அவ்வுறவைப் புதுப்பித்துக்கொள்ள வெட்கமேயில்லாமல் மனம் உந்தித் தள்ளுகிறது. சற்று அடங்கி இரு சனியனே!

மூன்றாவது தோசையைப் பிய்த்துக் கையில் எடுக்கும் போது மறுபடியும் அழைப்பு மணி அடித்தது. ஊரே அடங்கி யிருக்கும்போது இந்த வீட்டுக்கு மட்டுமென்ன? இதனால்தான் பகல்களைப் பிடிப்பதில்லை. கைகளைக் கழுவிவிட்டு வெளியே வந்தேன். வீட்டின் உரிமையாளரான முன்னாள் கவுன்சிலரும் அவரின் பின்னால் ஒரு பெண்ணும் நின்றுகொண்டிருந்தனர். அவர் மட்டும் முகக் கவசம் அணிந்திருந்தார்.

இது அவர் வீடாகவே இருந்தபோதும் இப்போது நான் தகுந்த பாவனையுடன் வரவேற்றாக வேண்டும். முகத்தில் கனிவையும், நன்றியுணர்ச்சியையும் கொண்டுவந்து வணக்கம் சொல்ல வேண்டும். வராவிட்டாலும் சிரிக்க வேண்டும்.

“வாங்க சார். உள்ள வாங்க.”

“இருக்கட்டும் தம்பி. இவங்க நமக்கு வேண்டியப்பட்டவங் களோட ஃப்ரெண்டு. ஒரு வேலையா சென்னைக்கு வந்தவங்க இந்த லாக்டவுன்ல மாட்டிக்கிட்டாங்க. சேலத்துல இருந்து இவங்க அப்பா ஒரு கார் பிடிச்சு வந்து கூட்டிட்டுப் போக முயற்சி பண்ணிட்டுருக்கார். அனுமதி கிடைச்சதும் ஒண்ணு இரண்டு நாள்ல வந்து கூட்டிட்டுப் போயிடுவார். அதுவரைக்கும் இங்க ஒரு ரூம்ல தங்கிப்பாங்க.”

முதன் முதலில் இந்த விடுதிக்கு வந்துசேர்ந்தபோது மிகுந்த கண்டிப்புடன் அவர் போட்ட கட்டுப்பாடுகளில் ஒன்றை அவரே மீறுகிறார். இத்தனைக்கும் அவர் என்னிடம் ஒரு பேச்சுக்குக்கூட அபிப்பிராயம் கேட்கவில்லை. தகவல் தருகிறார். அவ்வளவுதான். இங்கு நானும் எதுவும் சொல்வதற்கில்லை. அப்படி வேண்டப்பட்டவர்களாக இருந்தால் தன்னுடைய வீட்டிலேயே தங்கவைத்துக்கொள்ளலாமே? தற்போதைய சூழலின் காரணமாய் கவிந்திருக்கும் பயத்தின் பொருட்டே இங்கே அனுப்புவாராயிருக்கும். இல்லையெனில் அவர் சொன்னதைப் போல அதிகப் பழக்கமில்லாதவளாக இருக்க வேண்டும். எது எப்படியோ இது எனக்குக் கிடைத்த சுதந்திரத்தின் மேல் விழுந்த பலத்த அடி.

அந்தப் பெண்ணைக் கொஞ்சம்கூடக் கண்டுகொள்ள வில்லை. முதல் பார்வையிலேயே அவளை ஆத்மார்த்தமாக வெறுக்கத் தொடங்கியிருந்தேன். பக்கத்தில் குளியலறையுடன் இணைந்திருந்த மற்றொரு அறையை அவளுக்குக் காண்பித்து விட்டுச் சென்றார்.

4

இந்த வீட்டில் இன்னொரு ஆள் இருக்கிறார் அதுவும் ஒரு பெண் என்று நினைக்கும்போதே ஒருவித பதற்றம் வந்து பற்றிக்கொள்கிறது. அந்நினைப்பு காலையிலிருந்து இருந்த தலைவலியை மேலும் அதிகரித்தது. தெருவில் அம்மணமாய் ஓடுவதைப் போலிருந்தது. அறைக்கு உள்ளே போனவன் மதியச் சாப்பாட்டுக்காகச் சாயங்காலம் ஐந்து மணிக்கும், இரவுச் சாப்பாட்டுக்காக பதினொன்றுக்கும் என வழக்கத்தைவிடத் தாமதித்து வெளியே வந்தபோது அவள் ஏற்கெனவே சாப்பிட்டு முடித்துச் சென்றிருந்தாள். இப்படியாக அவளைச் சந்திப்பதற் கான சந்தர்ப்பங்களைச் சாமர்த்தியமாகத் தவிர்த்துக் கொண்டேன்.

மறுநாள் காலையில் எங்கிருந்தோ வந்துகொண்டிருந்த அருவருப்பான இசை என்னைத் தூக்கத்திலிருந்து கலைத்தது. தூக்கம் கலைந்து தலையை உதறிக்கொண்டு உட்கார்ந்தபோது தான் அந்த இசை இன்னும் துல்லியமாகக் காதில் கேட்டது.

என் அறையிலிருந்து வெளியே வரவேற்பறைக்கு வந்தேன். அறையின் ஜன்னல்கள் அனைத்தும் திறந்து வைக்கப்பட்டிருந்தன. அவற்றிலிருந்து வந்த வெளிச்சத்தில் கண் கூசியது. சாப்பாட்டு மேசை சுத்தமாகத் துடைத்து வைக்கப்பட்டிருந்தது. அதன் மேல் இருந்த குட்டி ஸ்பீக்கரிலிருந்துதான் இசை வந்துகொண்டிருந்தது. மறுபடியும் என் அறைக்குள் சென்று கதவைச் சாத்திக்கொண்டேன். மற்றவருடன் பகிர்ந்துகொள்ளுமிடத்தில் கடைப்பிடிக்க வேண்டிய குறைந்தபட்ச நாகரிகம்கூட இல்லாதவளெல்லாம் இங்கே வந்து என்னைச் சாகடிக்கிறாள். அடுத்தவர் சுதந்திரத்தைப் பறிப்பது குறித்த குற்றவுணர்வற்ற கட்டைகளில் ஆண், பெண் என்ற பால் வேறுபாட்டுக்கு இடமில்லை போலும்.

நான் என் அறையின் கதவைச் சாத்திக்கொண்டதும் பக்கத்து அறையின் கதவு திறந்துகொண்டது. தாமதித்துச் சாப்பிட எழுந்து வெளியே வந்தபோது பரத்தி விரித்துவிடப்பட்ட கூந்தலைக் கோதிக்கொண்டே யாருடனோ போனில் பேசிக்கொண்டிருந்தாள். அவளைக் கண்டுகொள்ளாமல் மேசையிலிருந்த உணவை எடுத்துப்போட்டுச் சாப்பிட ஆரம்பித்தேன்.

என் முதுகுப் பக்கம் அவளுடைய நிழல் ஊர்வதை உணர்ந்து திரும்பிப் பார்த்தேன்.

“உங்களுக்குச் சாப்பாடு கொண்டுவந்து வைக்கிறானே அந்தப் பையனைத் தெரியுமா?”

பின்னாலிருந்து நகர்ந்து எனக்கு எதிரே போடப்பட்டிருந்த நாற்காலியை எடுத்துப்போட்டு அமர்ந்துகொண்டாள். அவளுடைய குரல் எனக்கு மிகவும் பரிச்சயமான குரலொன்றினை நினைவுபடுத்தியது. இப்போது நான் பதில் சொல்ல வேண்டும். ஒருமுறை அவளை நிமிர்ந்து பார்த்தேன். பரிசுத்த அழகி.

“ஆமா . . . சோட்டு.”

“ஓ . . . யெஸ் . . . எனக்கு நீங்க ஒரு உதவி பண்ணனும். உங்களுக்குத் தொந்தரவு இல்லன்னா சாப்பாட்டுல கொஞ்சம் காரத்தைக் குறைச்சுப் போட சொல்ல முடியுமா. எனக்கு அல்சர் ப்ராப்ளம் இருக்கு. மாத்திரை போட்டுட்டு இருக்கேன். ஸ்ட்ரெஸ்னால வந்ததுன்னு டாக்டர் சொல்லிருக்கார். அதுனால அது சரியாகுற வரை கொஞ்சம் சாப்பாடுலயும் கவனமாக இருக்கணும். அதான் ப்ளீஸ்” என்றாள்.

“சரி நான் பேசுறேன்.”

5

அன்று மதியம் சோட்டு சாப்பாட்டினை எடுத்துக்கொண்டு உள்ளே நுழையும்போது வெகு தற்செயலாகச் செல்வதுபோல் வரவேற்பறைக்கு வந்தேன்.

“ஹாய் பையா.”

“ஹலோ சோட்டு.”

உணவு கொண்டுவந்த பாத்திரங்களை ஒவ்வொன்றாக எடுத்துவைத்தான். கழுவி அடுக்கப்பட்டிருந்த தட்டுகளையும் எடுத்து வைத்தான். “சாப்பிடுகிறீர்களா? பரிமாறட்டுமா?” என்றான்.

“நீயும் என்னோடு சாப்பிடுவதாக இருந்தால்.”

என் கண்களை உற்றுப் பார்த்துச் சிரித்தான். ‘உனக்கு என்ன வேண்டும் சொல்’ என்பதைப் போலிருந்தது அவனுடைய அந்தப் பார்வை. அன்று, கொஞ்சம் ரொட்டி, சாதம், பருப்பு மற்றும் வெண்டைக்காய்ப் பொரியல் என்று அடுக்கியிருந்தான். கூடவே பூர்ண கொழுக்கட்டை போலிருந்த இனிப்பு வேறு செய்திருந்தான். ருசியும் பழைய சுவையுடன் இருந்தது. இருவருக்கும் சேர்த்து அவனே பரிமாறினான். அவனுடைய வலது கையில் ‘மா’ என்று இந்தியில் பச்சை குத்தியிருந்தான். இதற்கு முன்னே கவனித்திருந்தாலும் இன்று ஏனோ துருத்திக்கொண்டு தெரிந்தது.

"சாப்பாடு பிரமாதமாக இருக்கிறது சோட்டு" என்றேன். உண்மையில், நீண்ட நாட்களுக்குப் பிறகு எல்லாம் சரியாக அமைந்திருந்தது. சிரித்தபடி பாராட்டை ஏற்றுக்கொண்டான்.

"இன்றைக்கு அப்பா அம்மாவுக்குத் திருமண நாள். இது போன்ற நாட்களில் எல்லோரும் எங்கள் பாட்டி வீட்டுக்குப் போவோம்," என்றான். இதைச் சொல்லிவிட்டு என் முகத்தைப் பார்த்து மெதுவாகப் புன்னகைத்தான். இதுபோன்ற தருணங்களைக் கையாள்வது எனக்குச் சிக்கலான காரியம். இப்போது அவர்களின் திருமண நாளுக்கு இவனுக்கு நான் வாழ்த்துக்கள் சொல்ல வேண்டுமா? இல்லை அவர்களைப் பற்றி எனக்குத் தேவையில்லாத தகவல்களை அவனிடம் கேள்விகளாகக் கேட்டுத் தெரிந்துகொள்ள வேண்டுமா? திரும்பத் திரும்ப அபத்தச் சுழல். இதற்கு அஞ்சிதான் நான் வெளியே வராமலிருந்தேன். அவளால் வந்த வினை.

என்னிடமிருந்து எதுவும் பதில் வராததால் அவன் தட்டினைப் பார்த்துச் சாப்பிட ஆரம்பித்தான்.

"சோட்டு...ரெண்டு நாள் கொஞ்சம் சாப்பாட்டுல காரத்தை குறைச்சுக்கோ சோட்டு. புதுசா வந்திருக்கவங்க அதிக காரம் சேர்க்க மாட்டங்க போல. கஷ்டப்படுறாங்க" என்றேன்.

சரி என்பதாகத் தலையை ஆட்டினான்.

சிறிது நேரம் கழித்து அவனே "எல்லாம் சரியாக இருந்திருந்தால் இன்று எங்கள் ஊரில் யோகேஷ்வர் திருவிழா ஆரம்பித் திருக்கும். ஊரே கோலாகலமாக இருக்கும் தெரியுமா?" என்றான்.

"ஆமாம் . . . ஆமாம் எல்லாம் சரியாக இருந்திருந்தால் நீயும்கூட நண்பர்களுடன் சேர்ந்து ஊருக்குப் போயிருப்பாய் இல்லியா?" என்றேன்.

"ஓ . . . உங்களிடம் ஒன்று சொல்ல மறந்துவிட்டேன். அவர்கள் சென்ற டெம்போவை ஆந்திர சோதனைச் சாவடியில் போலீஸ் பிடித்துவிட்டார்கள். தடையை மீறி பால் கொண்டுவரும் வண்டியில் ஏமாற்றி வந்ததற்காக அத்தனைப் பேரையும் கைது செய்துவிட்டார்கள்."

"அய்யோ . . . பிறகு, உன் நண்பர்கள் என்ன செய்தார்கள்?"

"அமைதியாக இருப்பதைத் தவிர எங்களால் வேறு என்ன செய்ய முடியும்?" என்று சொல்லிவிட்டு என் பதிலை எதிர்பார்க்காமல் தலையைக் குனிந்தபடி சாப்பிட்டு முடித்த தட்டை பாத்திரத் தொட்டிக்குக் கழுவ எடுத்துப்போனான்.

○

6

மறுநாள் காலையில் சாப்பிட்டுக்கொண்டிருக்கும்போது "நன்றி" என்ற குரல் கேட்டுத் திரும்பினேன். தண்ணீர் சுத்திகரிப்பானிலிருந்து ஒரு டம்ளரில் தண்ணீரைப் பிடித்து மேசையில் வைத்தாள். மறுபடியும் "நன்றி" என்றாள். வெகு இயல்பாக அவள் அதைச் செய்தபோதும் எனக்கு என்னவோ செய்தது. இவளிடம் யார் இப்போது தண்ணீர் கேட்டார்கள்? ஓர் உதவிக்குப் பதிலுதவி செய்து நன்றிக்கடன் தீர்க்கிறாளோ? நல்லதோ கெட்டதோ இந்தப் பெண்களுக்கு எல்லாவற்றையும் பதிலுக்குப் பதில் செய்துவிட வேண்டும். சில சமயங்களில் ஒன்றுக்கு இரண்டாய்.

எனக்கு அவள் எப்போது இங்கிருந்து கிளம்புவாள் என்று தெரிந்துகொள்ள வேண்டும். அதனால் இந்த முறை நானும் கொஞ்சம் பேச்சை வளர்க்க விரும்பினேன். தண்ணீரை எடுத்து ஒரு மடக்கு குடித்துவிட்டு, "தாங்க்ஸ்... உங்களுக்கு சேலம்தானே. சென்னைல வேலை பாக்குறீங்களா?"

"இல்ல இல்ல... ஒரு கேஸ் விஷயமா லாயர் ஒருத்தரைப் பார்க்க வந்தேன். அப்படியே இந்த லாக் டவுன்ல மாட்டிக் கிட்டேன்."

"ஓ... இப்போ எப்படி ஊருக்குப் போவீங்க?"

"அப்பா... அவருக்குத் தெரிஞ்ச ஒருத்தர் மூலமா சேலம் கலெக்டர் ஆபிஸ்ல பேசிட்டு இருக்கார். பெர்மிஷன் கிடைச்சதும் வந்து கூட்டிட்டுப் போயிடுவார்." இரண்டு நாட்களுக்கு முன்னர் வீட்டு உரிமையாளர் சொன்ன அதே பதிலையே சொல்கிறாள். அவள் இதைச் சொல்லும்போது தன் மீது பச்சாதாபத்தைக் கோரும் பாவனை எதுவும் இல்லை. அவள் இயல்பாக இருந்தது எனக்குப் பிடித்திருந்தது.

என் அறைக்குள்ளே வந்ததும் இரண்டு விஷயங்கள் என்னை உறுத்திக்கொண்டிருந்தன. முதலில் அவளின் வலது கன்னத்தின் கீழ்ப்புறம் கழுத்திலிருந்த மச்சம். அம்மாவுக்கும் இதே இடத்தில் இதே போன்றொரு மச்சம் உண்டு. அடுத்தது அவள் ஏதோ வழக்கு சார்ந்து வந்திருப்பதாகக் கூறியிருந்தாளே. என்ன வழக்காக இருக்கும்? தனியாக வந்திருக்கிறாள் என்றால் ஏதேனும் பாலியல் தொந்தரவு பற்றியதாக இருக்குமோ? அழகாக வேறு இருக்கிறாள். திருமணம் ஆகிவிட்டதா என்பது தெரியவில்லை. அப்படி ஆகியிருந்தால் ஏதேனும் குடும்ப வன்முறையாகவோ அல்லது திருமண முறிவாகவோ இருக்கலாம். அப்படியான வழக்குகளைப் பற்றித்தான் இப்போதெல்லாம் அடிக்கடி கேள்

விப்பட்டுக்கொண்டிருக்கிறேன். இவளுக்கும் அதைப் போன்ற ஒன்றாகத்தான் இருக்க வேண்டும். ஆனால் அதைத் தெரிந்து கொள்ள மனம் அரிக்கத் தொடங்கியது. நிதானமாக யோசித்துப் பார்த்தால் இந்த விசயத்தில் எனக்கு ஏற்பட்ட அக்கறைக்கு அவள் அழகாக இருப்பதைத் தவிர வேறு காரணம் எதுவும் இருப்பதாகத் தெரியவில்லை.

அன்று இரவு அவள் கதவு திறந்து உணவு மேசைக்கு வந்த அதே நேரத்தில் சரியாக நானும் போனேன். இருவரும் பரஸ்பரம் புன்னகைத்துக்கொண்டோம். அவளிடமிருந்து சந்தன வாசம் எழுந்து வந்தது. அவளே ஏதாவது பேசுவாள் என்று எதிர்பார்த்தேன். ஒரு வார்த்தை பேசவில்லை. தலையைக் குனிந்த படி சாப்பிட்டுக்கொண்டிருந்தாள். மெதுவாக நிமிர்ந்து அவள் கவனத்தைக் கலைக்காமல் கழுத்திலிருந்த மச்சத்தை மீண்டும் ஒருமுறை பார்த்துக்கொண்டேன்.

இப்போது ஏனோ அடிக்கடி அவளைப் பார்க்க வேண்டும், ஏதாவது பேச வேண்டும் என்று பரபரக்க ஆரம்பித்தது. துரதிர்ஷ்டவசமாக மறுநாள் முழுவதும் அவளைக் காண வாய்க்கவில்லை. ஒரு முறை பாத்திரங்களை நகர்த்தும் சத்தம் கேட்டு வெளியே வந்தபோது சோட்டு நின்றுகொண்டிருந்தான். அவனிடம் கேட்டுப் பார்க்கலாமா என்று யோசித்தேன். அது தேவையற்ற பல்வேறு கற்பனைகளைக் கிளறிவிடும் என்பதால் அமைதியாக இருந்துவிட்டேன். ஒருவேளை அவள் கிளம்பிச் சென்றுவிட்டாளோ என்று நினைத்தேன். இல்லை, அப்படி யென்றால் உடனிருக்கும் என்னிடம் ஒரு வார்த்தைகூடச் சொல்லாமலா யாரும் கிளம்பிச் செல்வார்கள்? என்று சமாதானப்படுத்திக்கொண்டேன்.

பக்கத்து அறைதானே, ஏதாவது காரணம் வைத்துக்கொண்டு தட்டி இருக்கிறாளா என்று பார்க்கலாமா? இல்லை அது தவறு. ஒருவேளை கதவைத் தட்டி அவள் அதைத் திறந்து புருவத்தை உயர்த்தி என்னவென்று கேட்டால் உளறிக்கொண்டு நிற்பேன். கச்சிதமாய் பொய் சொல்வது எனக்குக் கைவராத கலை. அற்பமாய் மாட்டிக்கொண்டு விழிப்பேன். அப்போதுதான் எனக்கு அந்த யோசனை தோன்றியது. அன்றிரவு வரவேற்பறையின் ஜன்னல்கள் அத்தனையையும் இழுத்துச் சாத்தினேன்.

மறுநாள் காலையில் சாத்தப்பட்ட ஜன்னல்கள் எதுவும் திறக்கப்படவில்லை.

❍

இணை

ஞாயிற்றுக்கிழமை பின் மதியப் பொழுதுக்கே உரித்தான சோம்பல் அந்தச் சாலை முழுவதும் நிரம்பி வழிந்தது. பெரும்பாலான சாலையோரக்

கடைகள் ஆளின்றி வெறிச்சோடியிருந்தன. சில கடைகள் அடைக்கப்பட்டு இருந்தன. பேருந்துக்குள் இருந்த ஓரிரு முகங்களிலும் படிந்திருந்த சோகை அப்பயணத்தை மேலும் அலுப்பூட்டியதாக்கியது. அத்தனை நீண்ட பயணம் ஒன்றுமில்லை. நாங்கள் வசிக்கும் ஹோம்புஷிலிருந்து பாரமட்டா வரை போக வேண்டும். இரண்டுமே சிட்னியின் புறநகர்ப் பகுதிகள். ரிகார்டோ, வழியில் ஒலிம்பிக் பார்க்கில் ஏறிக்கொள்வதாகக் கூறியிருக்கிறான். எமிலி வராமல் இருக்க வேண்டும். வர மாட்டாளாய் இருக்கும். அவள் உடன் வருவதாக இருந்தால் இவன் என்னை ஏன் அழைக்கப்போகிறான்?

அவனுக்காகத்தான் இந்தப் பயணம். கூப்பிட்டுவிட்டானே என்று வேறு வழியின்றிதான் கிளம்பினேன். புத்தம் புதிய டி.வி. ஒன்று பாதி விலைக்கு வருகிறது என்பதை கம்ட்ரியில் பார்த்தானாம். கடந்த பத்து நாட்களாக கம்ட்ரியே கதி என்று கிடக்கிறான். உபயோகப்படுத்தப்பட்ட பழைய பொருட்கள் விற்கும் தளம் அது. போன வாரம் இப்படித்தான் அலுவலகம் முடிந்து திரும்பிக்கொண்டிருந்தோம். ஹோம்புஷ் ரயில் நிலையத்திலிருந்து பத்து நிமிட நடையில் நாங்கள் வசிக்கும் வீடு. போய்க்கொண்டிருந்த வழியில் மரத்தாலான சாப்பாட்டு மேசையை வீட்டுக்கு வெளியில் போட்டுவைத்திருந்தார்கள். அறைக்குச் சென்று முகம் கழுவிவரக்கூட அனுமதிக்கவில்லை. இப்போது விட்டால் வேறு யாரேனும் தூக்கிக்கொண்டு விடுவார்கள் என்றான். வீட்டைக் காலி செய்யும் பொருட்டோ, புதுப்பிக்கும் பொருட்டோ தங்களுக்குத் தேவையில்லை என்று நினைக்கும் பொருட்களை மாநகராட்சிக்குத் தகவல் சொல்லி விட்டு வீட்டுக்கு வெளியில் வைத்துவிடுவார்கள். அப்படித்தான் அந்தச் சாப்பாட்டு மேசையும் வைக்கப்பட்டிருந்தது. நல்ல மரத்தில் செய்தது. பேய்க் கனம். இப்படி ஒவ்வொரு பொருளாகப் பார்த்துப் பார்த்து வாங்கிச் சேர்த்துக்கொண்டிருந்தான்.

இன்னும் இரண்டு வாரத்தில் எமிலியுடன் தனி வீடு செல்லப்போகிறான். அதன்பின் திருமணம் செய்துகொள்வதாகத் திட்டம். என்னையும் உடன் வந்து தங்குமாறு அழைத்தான். அது சரியாக வராது என்று மறுத்துவிட்டேன். கிடைக்கும் சந்தர்ப்பங்களில் எல்லாம் இதையே திரும்பத் திரும்பக் கேட்டுக்க்கொண்டிருந்தான். எனக்கு அந்த எமிலியைப் பார்த்தாலே பிடிக்கவில்லை. சில பேரைக் காரணமே இன்றி வெறுப்போம் இல்லையா? அவள் என்னுடைய அந்தப் பட்டியலிலிருந்தாள்.

அன்று - சனிக்கிழமை மாலை – போதைகூட ஏறியதாகத் தெரியவில்லை. அப்போதுதான் ஆரம்பித்திருந்தான். என் கைகளை இழுத்து தன் கைகளுக்குள் பொதித்துக்கொண்டான்.

“நீ எனக்கு மூத்த சகோதரன்போல் அல்லவா? எங்களுடன் இருப்பதில் உனக்கு என்ன சங்கடம்?” என்றான்.

எப்படி விளக்கிச் சொன்னாலும் அது அபத்தமாகத்தான் போய் முடியும். புன்னகைத்தபடி மெதுவாக என் கைகளை அவன் கைகளுக்குள்ளிருந்து விடுவித்துக்கொண்டேன்.

ஊற்றியிருந்த விஸ்கியை ஒரு மிடறு விழுங்கினான். காலையிலேயே மசாலா தடவி ஊற வைத்து, பின் ஓ.டி.ஜி.யில் சுட்டு எடுத்த கறித் துண்டுகளில் ஒன்றை நாக்கில் படாமல் பற்களுக்கிடையே கடித்து இழுத்தான். ‘உஸ்’ என்று சத்தமிட்டு அதன் காரத்தை உள்வாங்கிக்கொண்டபடியே ஓரக் கண்களால் என்னைப் பார்த்து, “அப்போ, என்னுடன் சேர்ந்து குடிக்கவாவது செய்யேன்” என்றான்.

நான் அங்கிருந்து எழுந்துவிட்டேன். அவன் என்னை வம்புக்கு இழுப்பதானால் குடியைப் பற்றித்தான் ஆரம்பிப்பான். நான் குடிக்க மாட்டேன் என்பதை நம்புவதே அவனுக்கு முடியாத காரியமாய் இருந்தது. ஒவ்வொரு சனிக்கிழமை மாலையும் இந்தக் கேள்வியைக் கேட்காமல் அவன் விடுவதில்லை. “அது எப்படி ஒருவன் வாழ்நாள் முழுவதும் குடிக்காமலே கழிக்க முடியும்?” என்பது அவன் தரப்பு.

“இதுவரை தொட்டதே இல்லையா?”

“இல்லை.”

“ஒரே ஒரு பெக் கூடவா இல்லை?”

“ஒரே ஒரு சொட்டுகூட இல்லை.”

போதை ஏறிய பிறகு நான் குடிக்காமல் இருப்பது குறித்துப் பாராட்டுவான். நான் ஒரு லட்சிய மனிதன் என்பான். உயிர் நண்பன் என்பான். தன்னுடைய மூத்த சகோதரன் என்பான். எனக்கும் அவனுக்கும் எட்டு வயது வித்தியாசம். அவனுக்கு இருபத்து ஆறு. எனக்கு முப்பத்து நான்கு.

ஒரு காலத்தில் நானும் குடித்திருக்கிறேன். இப்போது இல்லை அவ்வளவுதான். இதைச் சொன்னால் அவனுடைய வேலை இன்னும் எளிதாகிவிடும். எல்லாவற்றுக்கும் மேல், மனம் மிதக்கும் தருணங்களில் மட்டும் அதுவும் தனியாகக் குடிப்பதே எனக்குப் பிடிக்கும்.

❍

உண்மையில் எனக்கும் அவனுக்கும் நிறைய ஒற்றுமைகள் இருந்தன. அவனுடைய பெயர் ரிகார்டோ ஹென்ரிக். இருவரும்

மூன்றாம் உலக நாடுகளிலிருந்து பிழைப்பின் பொருட்டு சிட்னிக்கு வந்து சேர்ந்திருந்தோம். ஆடை வடிவமைப்புத் துறை என்னுடையது. அதே நிறுவனத்தில் உற்பத்திப் பிரிவில் அவன். எனக்கு ஆறு மாதங்கள் முன்னர்தான் அவனும் சிட்னிக்கு வந்திருக்கிறான். அவன் தங்கியிருந்த விடுதியில்தான் நானும் தங்கியிருந்தேன். இரண்டு மாதங்கள் கழித்து திடீரென்று ஒரு நாள் "நாம் இருவரும் சேர்ந்து வீடெடுத்துத் தங்குவோமா?" என்றான். மறுப்பதற்கு என்னிடம் பெரிதாகக் காரணங்கள் எதுவும் இருக்கவில்லை.

சரி என்று ஒப்புக்கொண்டேன்.

பிரேசிலின் சால்வடார் நகரின் புறநகர்ப் பகுதியைச் சார்ந்தவன். அவனுடைய அப்பா ஹென்ரிக் இத்தாலியைப் பூர்வீகமாய்க் கொண்டவர். அவரின் முன்னோர்கள் இத்தாலியிலிருந்து இரண்டாம் உலகப் போரின்போது அங்கே இடம் பெயர்ந்திருக்கிறார்கள். பிரேசிலும் இந்தியாவைப் போல பல்வேறு இனங்கள், மதங்கள், மொழிகள் கொண்ட மக்கள் சேர்ந்து வாழும் பன்மைத்துவம் மிக்க நாடு. ரிகார்டோவின் அம்மா ஆப்பிரிக்க இனத்தவர். பெயர் ஆம்பர். ஹென்ரிக்கும் அவர் வேலை பார்த்த பேக்கரியை நிர்வகித்து வந்த ஆம்பருக்கும் திருமணமானபோது ரிகார்டோ ஆம்பரின் வயிற்றில் நான்கு மாதக் குழந்தை. அதே நேரத்தில்தான் நான், அங்கிருந்து பத்தாயிரம் மைல்களுக்கு அப்பால், என்னுடைய அப்பாவினுடைய மரணத்தின் பொருட்டு சூழ்ந்த வறுமையினால் படித்துக்கொண்டிருந்த மெட்ரிக் பள்ளியிலிருந்து நிறுத்தப்பட்டு அரசு நடுநிலைப் பள்ளி ஒன்றில் மூன்றாம் வகுப்பில் சேர்க்கப்பட்டிருந்தேன்.

எனக்கு படிப்பு ஒருபோதும் பிரச்சினையாக இருந்ததில்லை. அரசுப் பள்ளி, கல்லூரி என அம்மாவுக்குப் பைசா செலவு வைக்காமல் படித்தேன். பிறந்த வீடு, புகுந்த வீடு என்று சொந்தம் சொல்லிக்கொள்ள யாரொருவரும் இல்லாத அவளுக்கு என்னால் எந்தவித தொந்தரவும் வந்துவிடக்கூடாது என்பதில் கவனமாய் இருந்தேன். இப்படி வந்த அதீத பொறுப்புணர்வின் காரணமாகவோ என்னவோ கல்லூரி காலங்களில்கூட அந்த வயதுக்கே உரிய கேளிக்கை, கொண்டாட்டம் என எல்லாவற்றிலுமிருந்து சற்று ஒதுங்கியே இருந்தேன். கல்லூரி முடிக்கும் முன்னரே ஒரு பன்னாட்டு நிறுவனத்தில் வேலை, நல்ல சம்பளம் என வாழ்க்கை கொஞ்சம் எங்கள் பக்கமும் வளைந்துகொடுக்க ஆரம்பித்தது.

அதே காலத்தில்தான் ரிகார்டோ வீட்டுக்கு அடங்காத பிள்ளையாக ஊர் சுற்றிக்கொண்டிருந்திருக்கிறான். பள்ளிப்

படிப்பைப் பாதியில் நிறுத்திவிட்டுக் கிடைத்த வேலையைப் பார்த்துக்கொண்டு கால்பந்து மைதானமே கதியென்று கிடந்திருக்கிறான். பின்பு, பந்தை விட்டுவிட்டு பைக்கைப் பற்றியிருக்கிறான். தனது பதினெட்டு வயதில் அவனிருந்த வடகிழக்கு மாகாணத்திலிருந்து கிளம்பி பிரேசில் முழுவதையும் சுற்றியிருக்கிறான்.

என் இருபத்தி ஏழு வயது வரை எல்லாம் சரியாகத்தான் போய்க்கொண்டிருந்தது. அதன் பின் அம்மா எனக்குப் பெண் பார்க்க ஆரம்பித்தாள். முதல் இரண்டு வருடங்கள் எனக்கே அதில் பெரிதாக ஆர்வமிருக்கவில்லை. அப்போது ஆஸ்திரேலியா செல்லும் வாய்ப்பு வரவே கெட்டியாகப் பற்றிக்கொண்டு கிளம்பி வந்துவிட்டேன். ஆறு மாதங்கள் என்று திட்டமிட்டுக் கிளம்பியவன் இங்கு வந்து கிட்டத்தட்ட ஆறு வருடங்கள் ஆகி விட்டன.

தன்னால் எனக்குப் பொருத்தமாக ஒரு பெண்ணைக் கொண்டு நிறுத்த முடியவில்லை என்ற ஏக்கம் அம்மாவைக் கொஞ்சம் கொஞ்சமாக அரிக்கத் தொடங்கியது. என் ஜாதகத் தில் தோஷம் என்றாள். கோவில் கோவிலாக ஏறி இறங்கினாள். விரதம் இருந்தாள். தோஷம் கழித்தாள். பூஜை, பொங்கல், பலி என்று எதையும் விட்டுவைக்கவில்லை. ஆனால், பலன் மட்டும் கூடவில்லை. சொந்தமாக வீடு இல்லாததுதான் பெண் கிடைக்காததற்குக் காரணம் என்றாள். நான் அனுப்பிச் சேர்த்திருந்த காசில் நிலம் வாங்கினாள். தனியொருத்தியாக நின்று வீட்டையும் கட்டி எழுப்பினாள். வீட்டுக்கு இப்போது மூன்று வயதாகிவிட்டது. எனக்குத்தான் எதுவும் தகையவில்லை.

நான் ஊருக்கு ஒருமுறை வந்து சென்றால் எல்லாம் சரியாக வரும் என்றாள். அவளின் திருப்திக்காக மூன்று மாதங்கள் விடுப்பெடுத்து ஊருக்குச் சென்று தங்கித் திரும்பினேன். அங்கிருந்த மூன்று மாதங்களில் நேரில் போய் பார்த்த ஆறு பெண்களுக்கும் உரிய நேரத்தில் திருமணமாகியிருந்தால் இந்நேரம் அவர்களின் பிள்ளைகள் பள்ளி செல்ல ஆரம்பித்திருக்கும். என்னுடைய திருமணம் நடைபெறாமல் போனதற்கு முப்பத்தைந்து ஆண்டுகளுக்கு முன்னால் நடைபெற்ற இன்னொரு திருமணமே காரணமாய் இருந்தது. இது அம்மாவுக்கும் நன்றாகத் தெரியும்.

என்னுடைய முப்பத்து மூன்றாவது பிறந்த நாளுக்கு மறுநாள் போனில் அழைத்திருந்த அம்மா வழக்கத்தைவிட அதிகமாய் பேசிக்கொண்டிருந்தாள். எதையோ சொல்ல முயன்று, பயந்து வார்த்தைகளை விழுங்கிக்கொண்டிருந்தாள். "இங்கே எனக்குத் தோழிகள் யாராவது இருக்கிறார்களா?"

என்று விசாரித்தாள். அவள் சொல்ல வருவது எனக்குப் புரிந்தது. அவளைக் கவலைப்படாமல் இருக்கச் சொல்லிவிட்டு, நானும் என் பங்கிற்குத் திருமணம் பதிவு செய்யும் தளங்களில் என் பெயரைப் போட்டு சந்தா செலுத்த ஆரம்பித்தேன்.

முதலில் வயது,வேலை,சம்பளம் என்றுதான் ஆரம்பிப்பார்கள். கடைசியில் எல்லோரும் ஓரிடத்தில் வந்து நிற்பார்கள். அதன் பின் ஒருவரும் திரும்பி வந்ததேயில்லை. சமீபத்தில் ஆகச் சுமாரான தோற்றத்தில் ஒரு பெண் சுயவிபரக் குறிப்பைப் பார்த்து விருப்பம் தெரிவித்து இருந்தாள். நானும் ஏற்றுக் கொண்டேன். தகவல்களைப் பகிர்ந்துகொள்ள ஆரம்பித்தோம். அவளுக்கு முப்பத்தாறு வயது. என்னைவிட இரண்டு வயது மூத்தவள். அவள் ஒருவேளை சரியென்று சொன்னால் வேண்டாம் என்பதை அவள் மனம் புண்படாமல் எப்படிச் சொல்வது என்று பயிற்சி எடுத்துக்கொண்டிருந்தேன். ஆனால் நல்லவள். எனக்கு அந்தச் சிரமத்தைக்கூடத் தரவில்லை.

❍

பேருந்து ஒலிம்பிக் பார்க் நிறுத்தத்தில் நின்றது. முதலில் ரிகார்டோ ஏறினான். பின்னாலேயே எமிலியும் ஏறி வந்தாள். எனக்கு எரிச்சலாக வந்தது. அவள் உடன் வருவதாய் இருந்தால் நான் ஏன் வர வேண்டும். மடையன். அவர்கள் இருவருமே சேர்ந்து போய் பார்த்து வாங்கி வந்துவிடலாமே? நானும் ஒரு ஞாயிற்றுக் கிழமை மதியத்தை வீணடித்திருக்க மாட்டேனே. ஏற்கெனவே எரிச்சல் மண்டியிருந்த மனத்தில் இது சற்று ஆத்திரத்தைக் கிளப்பியது.

உள்ளே ஏறி வந்தவர்கள் இருவரும் ‘ஹாய்’ என்றார்கள். எனக்கு முன்னால் இருந்த இருக்கையைத் தேர்ந்தெடுத்து அமர்ந்துகொண்டனர். உட்கார்ந்ததிலிருந்து எதையோ இருவரும் முணுமுணுத்துப் பேசிக்கொண்டிருந்தார்கள். அவர்களின் மூக்குகளிலிருந்து எழும்பிய விசேஷமான ‘அவ்’ ஒலியிலிருந்து அது போர்ச்சுகீஸ் என்பதைத் தெரிந்துகொண்டேன். எனக்கு ஒரு வார்த்தை புரியவில்லை. ஆனால், இருவர் சண்டை போடுகிறார்கள் என்பதைப் புரிந்துகொள்ள பாஷை ஒன்றும் பெரிய தடையாக இருப்பதில்லை. அச்சண்டையைக் கவனிக்காததுபோலவும் பெரிதாகப் பொருட்படுத்தாதது போலவும் நடிக்கப் பிரயத்தனப் பட்டுக்கொண்டிருந்தேன். ஜன்னல் கண்ணாடி வழியே தெரிந்த பரந்து விரிந்திருந்த புல்வெளி அந்நேரத்துக்குச் சற்று ஆசுவாசம் அளித்தாலும் அவர்களின் உரையாடலுக்கு இடையே வந்து விழும் ஒன்றிரண்டு ஆங்கிலச் சொற்களைக்கொண்டு எதை யாவது விளங்கிக்கொள்ள முடியுமா என்பதிலேயே உள்ளம் கிடந்து உடற்றிக்கொண்டிருந்தது.

அடுத்த பத்து நிமிடத்தில் பேருந்தை நிறுத்துவதற்கான பட்டனை எமிலி அழுத்தினாள். விறுவிறுவென்று கீழே இறங்கிச் சென்றுவிட்டாள். எங்கள் இருவரையும் திரும்பிக்கூடப் பார்க்க வில்லை. அதன் பின் ரிகார்டோ எழுந்து என் பக்கம் வந்து அமர்ந்துகொண்டான்.

சில நிமிடங்கள் எதையும் பேசாமல் வெளியே வெறித்துக் கொண்டிருந்தவன், "பிட்ச்" என்று திட்டினான். நான் இதுபோன்ற சமயங்களில் எப்படி முகத்தை வைத்துக்கொள்ள வேண்டும் என்று தெரியாமல் விழித்துக்கொண்டிருந்தேன்.

பேச்சை மாற்றும் பொருட்டு, "நீ அனுப்பிய அந்த டி.வி. மாடலைப் பார்த்தேன். அது வெளியாகியே ஆறு மாதங்கள் தான் ஆகிறன. அதை ஏன் அவன் விற்க வேண்டும்? அதுவும் இவ்வளவு குறைவான விலைக்கு?" என்றேன்.

"இங்கே மனிதர்களின் பைத்தியக்காரத்தனங்களுக்கு ஏதேனும் வரைமுறை இருக்கிறதா என்ன?" என்றான்.

"சரிதான்.. இருந்தும் இது அதன் உச்சம். ஆளை நம்பலாம் தானே?"

"அவனை நாம் ஏன் நம்ப வேண்டும். டி.வி.யை கண்ணால் பார்க்கப் போகிறோம். எல்லாம் சரியாக இருந்தால் பணத்தைக் கொடுத்துவிட்டு தூக்கிவரப் போகிறோம். அவ்வளவுதான்."

"சரிதான்"

"எல்லாம் நல்லபடியாக அமைந்தால் இன்று மாலை அதைக் கொண்டாட வேண்டும்" என்று சொல்லிக் கண் சிமிட்டினான். இது அவன் இயல்புநிலைக்குத் திரும்பியதற் கான குறியீடு. அவன் எதை மனதில் வைத்து அப்படிச் சொல்கிறான் என்பது எனக்குத் தெரியாமல் இல்லை. அவனுக்குக் குடிப்பதற்கு ஏதாவது ஒரு காரணம் வேண்டும் அவ்வளவுதான்.

"வேண்டாம் என்றால் மட்டும் விட்டுவிடவா போகிறாய்?" என்றேன். சிரித்தபடி என்னைத் தோளோடு அணைத்துக் கொண்டான்.

○

பாரமட்டா பேருந்து நிலையத்தில் இறங்கிக்கொண்டோம். வழியில் மாக்ஸ் பிரன்னரில் ஆளுக்கு ஒரு காஃபி எடுத்துக் கொண்டோம். அங்கிருந்து செல்ல வேண்டிய இடத்துக்கு கூகிள் மேப் போட்டு நடக்க ஆரம்பித்தோம். மனம் முழுவதும் வெறுமை படர்ந்திருந்தது. அதை வெறுமை என்ற ஒற்றை வார்த்தையில்

சுருக்கிவிட முடியுமா என்று தெரியவில்லை. அவன் ஒரு பக்கம் பேசிக்கொண்டே வந்தான். 'கொஞ்சம் வாயை மூடிக்கொண்டு தான் வாயேன்' என்று சொல்ல வேண்டும்போல் இருந்தது. அவன் பேசிய எதுவும் காதில் விழவில்லை.

அந்த வீடு நல்ல விசாலமாக ஒரு பங்களாவைப்போல் இருந்தது. கார் நிறுத்துமிடத்தில் நின்றுகொண்டிருந்த டெஸ்லாவும் மாஸ்தாவும் அவ்வீட்டின் செழுமையை எங்களுக்கு உணர்த்தப் போதுமாயிருந்தன. வீட்டின் முகப்பு பரந்து விரிந்திருந்தது. விளம்பரத்தைப் பார்க்கும்போது அது சீனராக இருக்கும் என்று நான் சிறிதும் யூகிக்கவில்லை. பெயரில் பிரத்தியேகச் சமிக்ஞை எதுவும் இல்லை. வந்து டி.வி.யைக் காட்டியவர் குள்ளமாக வயதினை மதிப்பிட முடியாதபடியான தோற்றத்திலிருந்தார். எங்களை ஒரு நிமிடம் அங்கேயே காத்திருக்கச் சொல்லிவிட்டு உள்ளே சென்றார். ஓங்கி கையை வீசினால் காற்று கிழியும் சத்தம் கேட்கும்போலிருந்த அவ்விடத்தின் அதீத அமைதி அச்சமூட்டியது.

டி.வி. உண்மையிலேயே புத்தம் புதிதாக இருந்தது. அதற்கான வாரண்ட்டிகூட இன்னும் ஒன்றரை வருடங்கள் மிச்சம் இருந்தது. இதை ஏன் அவர் ஆறில் ஒரு பங்கு விலைக்குக் கொடுக்க வேண்டும்? எனக்கு அதைக் கேட்காமல் இருக்க முடியவில்லை.

"எனக்கு ஒரு பையன் இருக்கிறான். அவனுக்கு ஆறு வயது. இதில்தான் அவன் கார்ட்டூன்களைப் பார்ப்பது வழக்கம். பெப்பா பிக் தெரியுமா? அதுதான் அவனுக்கு விருப்பமான கார்ட்டூன். அதுவரையில் பிரச்சினை இல்லை. கடந்த சில நாட்களாக கார்ட்டூன்களை மியூட்டில் போட்டு சத்தம் இல்லாமல் பார்க்க ஆரம்பித்தான். பின்னர் ஒரு நாள்தான் கவனித்தோம், அதில் வரும் கதாபாத்திரங்களுக்கு இவனே குரல் கொடுத்து பேசிக்கொண்டிருந்தான். முதலில் ஏதோ விளையாட்டாக அதைச் செய்வதாகத்தான் நானும் என் மனைவியும் நினைத்திருந்தோம். கொஞ்சம் கொஞ்சமாக அதிகமாகி அதில் வரும் அத்தனை கதாபாத்திரங்களையும் இவனே வேறு வேறு குரல்களில் பேச ஆரம்பித்தான். சில சமயம் சத்தம் டி.வி.யிலிருந்து வருகிறதா இவன் சத்தம் கொடுக்கிறானா என்று பிரித்தறிய முடியாதபடி அத்தனை துல்லியமாக இருக்கும். எங்களிடம் அவன் பேசுவது குறைந்துபோனது. ஒரு கட்டத்தில் இது எல்லை மீறவே எங்களுக்கு பயம் வந்துவிட்டது. அவனிடம் நாங்கள் போதிய கவனம் செலுத்தவில்லை என்பது மட்டும் புரிந்தது. எங்கள் குடும்ப மருத்துவரின் ஆலோசனைப்படி அவனை மெல்பர்னில் இருக்கும் அவனுடைய சித்தி வீட்டுக்கு என் மனைவி அழைத்துச் சென்றிருக்கிறாள். அவர்கள் இங்கு திரும்பி வருவதற்குள் இதை நான் இங்கிருந்து அப்புறப்படுத்தியாக

வேண்டும். இந்த டி.வி. எனக்கு ராசியில்லை. இது வந்து சேர்ந்ததிலிருந்து பிரச்சினைக்கு மேல் பிரச்சினை," என்றார்.

நான் ரிகார்டோவைப் பார்த்தேன். அவன் சிரித்துக்கொண்டே தோள்களைக் குலுக்கினான். எங்கள் இருவருக்குமே இதுபோன்ற அசட்டு நம்பிக்கைகள் மேல் பெரிதாக அபிப்பிராயம் ஏதும் கிடையாது. அவன் இந்நேரத்துக்கு புதிய வீட்டின் பெரிய ஹாலில் இதை மாட்டி வைத்து கால்பந்து போட்டிகளைக் காண்பது குறித்தான கற்பனையில் இருந்திருப்பான்.

"ஒருவருக்கு ராசியில்லாத பொருள் இன்னொருவருக்கு அதிர்ஷ்டத்தின் சின்னமாக மாறலாம் என்பது எங்கள் நம்பிக்கை" என்றார் எங்கள் இருவரையும் பார்த்துப் புன்னகைத்தபடி.

இருந்துகொண்டிருக்கும் பிரச்சினைகளுக்கும் மனநிலைக்கும் இதற்கு மேல் இந்த டி.வி. வந்து புதிதாகச் செய்வதற்கு ஒன்று மில்லை என்றே தோன்றியது. மேலும், அது எங்கள் வீட்டில் இருக்கப் போவதும் இல்லை. அதனால் அதைப் பற்றி நான் அதிகம் அலட்டிக்கொள்ளவில்லை. ஆனால், அவ்வீட்டின் யூகிக்கவியலா அமைதியும் பிரம்மாண்டமும் மனதைவிட்டு நீங்க நீண்ட நாட்கள் பிடிக்கும் என்பதை மட்டும் என்னால் உணர முடிந்தது.

○

புதிதாக வந்த டி.வி.யை வரவேற்பு அறையிலேயே வைத்திருந் தான். குட்டி ஃபேன்கள், புதிய ஹீட்டர், ரஜாய்கள், சில பீங்கான் பாத்திரங்கள், எமிலி பரிசளித்த தொட்டிச்செடி என்று அவனுடைய அறை முழுவதும் புதிதாகக் குடியேறப் போகும் வீட்டுக்காகச் சேகரித்த பொருட்களால் நிரம்பியிருந்தது. அவன் அறைக்குள் நுழையவே எனக்குப் பிடிக்கவில்லை. அவன் இங்கிருந்து சீக்கிரம் கிளம்பித் தொலைத்தால் தேவலை என்று தோன்றியது.

திடீரென்று இரண்டு நாட்கள் ரிகார்டோ அலுவலகத்துக்கு வரவில்லை. வீட்டுப் பக்கமும் பார்க்க முடியவில்லை. எப்போதாவது அவனுடைய நண்பர்கள் சிலரோடு பார்ட்டி செய்யும்போதோ, எமிலியின் இடத்தில் தங்கி வரும் நாட்களிலோ அவன் இப்படிச் செய்வது வழக்கம்தான் என்றாலும் ஒருமுறை கூட என்னிடம் இப்படிச் சொல்லாமல் சென்றதில்லை. என்னுடைய அழைப்புக்குப் பதில் இல்லை. வாட்ஸ்அப்பில் நான் அனுப்பிய செய்தியைப் பார்க்கக்கூட இல்லை.

மூன்றாவது நாள், பின்னிரவில் வீட்டுக்கு வந்தான். நன்றாக குடித்திருந்தான். மூன்று நாட்களையும் குடித்தே தீர்த்ததைப்போல அவ்வளவு களைத்திருந்தன அவனுடைய கண்கள்.

ஒளிரும் பச்சைக் கண்கள்

சோபாவில் அமர்ந்தபடி வெற்றுச் சுவரை உற்றுப் பார்த்துக் கொண்டிருந்தான். மெல்லிய குரலில் “கொஞ்சம் தண்ணீர் கொண்டுவந்து தர முடியுமா பிரதர்?” என்றான்.

கிளாசை எடுக்க கிச்சன் கப்போர்டைத் திறந்ததும் பெரிய கண்ணாடிப் பாத்திரம் விழுந்து நொறுங்கும் சத்தம் கேட்டது.

வரவேற்பறையில் அழகுக்காக வைக்கப்பட்டிருந்த தொட்டிச் செடி கீழே விழுந்து கிடந்தது. பக்கத்தில் புதிதாக வாங்கி வைக்கப் பட்டிருந்த டி.வி.யின் திரை உடைபட்டு ஒரு பெரிய சிலந்தி வலை போல விரிசல் படர்ந்திருந்தது.

நான் அவனைப் பார்த்தேன். தலையைக் குனிந்தபடியே “நாங்கள் பிரிந்துவிட்டோம். எல்லாமே முடிவுக்கு வந்துவிட்டது,” என்று கூறித் தன் முகத்தை சோபாவில் புதைத்துக்கொண்டான்.

ஒரு சீரான லயத்தில் குலுங்கிக்கொண்டிருந்த அவன் முதுகைப் பார்த்தபடி நின்றேன். எவ்வளவு நேரம் அப்படிக் கழிந்தது என்று தெரியவில்லை. மனதை அழுத்திக்கொண்டிருந்த இனம்புரியாத கனம் விலகி இலகுவானது போல் இருந்தது. கொஞ்ச நேரத்தில் அவன் அப்படியே சோபாவில் தூங்கிப்போனான். நான் ஒரு கிளாசில் விஸ்கியை எடுத்துக் கொண்டு பால்கனிக்குச் சென்றேன். அந்தப் பின்னிரவில் ஆளரவமற்று வெறிச்சோடிருந்த புறநகரின் பிரதான சாலையைப் பார்த்தபடி குடிக்க ஆரம்பித்தேன்.

ஒளிரும் பச்சைக் கண்கள்

1

அன்று மதியம் நன்றாகத் தூங்கி விட்டிருந்தேன். கண் விழித்துப் பார்க்கும்போது இரவாகியிருந்தது. சட்டென்ற ஒரு கணத்தில் இது இரவா பகலா என்றொரு குழப்பம். மெல்ல நிதானித்து நினைவுக்கு மீண்டேன். இரவு, பகல்,

கிழமை என்று மொத்த காலமும் கிளை பற்றித் தொங்கும் இருட்டு வௌவ்வாலைப் போலத் தலைகீழாய்ப் போயிருந்தது. உணவு பற்றிச் சொல்லவே வேண்டியதில்லை. காலை உணவு மதியத்துக்கும் மதிய உணவு மாலைக்கும் இரவுணவு நள்ளிரவுக்கும் தள்ளிப்போயிருந்தது. சில நாட்களில் இரு வேளைகள், அரிதாகச் சில பொழுதுகளில் ஒரே ஒரு வேளை என்றும் சுருங்கிற்று. அன்றாடத்தின் சகல ஒழுங்குகளும் கலைக்கப் பட்டுவிட்டன. இரவாகியிருந்தபோதும் ஹாலில் விளக்கேதும் போடப்பட்டிருக்கவில்லை. கையிலிருந்த மொபைலில் டார்ச்சினை ஒளிரவிட்டுக் கவனமாக அடியெடுத்து படுக்கை யறையிலிருந்து வரவேற்பறைக்குச் சென்றேன்.

கண்கள் மெதுவாக வெளிச்சத்துக்குப் பழகின. சுவரில் மாட்டப்பட்டிருந்த தூசு படிந்த திருமணப் புகைப்படத்துக்குப் பின்னால் பல்லியொன்றின் வால் மட்டும் துடித்துக்கொண் டிருந்தது. டி.வி இருக்கும் டேபிளின் மேலே மீராவின் ஒற்றைக் கம்மல் கழற்றி வைக்கப்பட்டிருந்தது. ஸ்கூட்டி சாவி, மரத்தால் செய்யப்பட்ட கிட்டார் வடிவச் சாவிமாட்டியிலிருந்து கீழே விழுந்து தரையில் கிடந்தது. பல நாட்களாக அவ்வப்போது அது கண்ணில் பட்டுக்கொண்டே இருக்கின்றது. முன்பு போல் இருந்தால், மீராவிடம் ஒரு வார்த்தை சொல்லலாம். “சொல்ற நேரத்துல எடுத்து வைக்கலாமே” என்றே பதில் வரும். இப்போது அதுவும்கூட இல்லை. கிட்டத்தட்ட ஒன்றரை மாதங்களுக்கும் மேலாகிவிட்டது. ஒரு வார்த்தை பேசவில்லை. வீடடங்கு ஆரம்பித்த முதல் வாரத்தில் வந்த சண்டைக்கு இன்னும் தீர்வு காணப்படவில்லை. ஒரே வீட்டில் ஆளுக்கொரு அறை என்று பிரிந்து கிடக்கிறோம். இதைவிடக் கடுமையான சண்டைகளைக்கூட திருமணமான மூன்று ஆண்டுகளில் சாதாரணமாகக் கடந்து வந்திருக்கிறோம். ஒரு பெண்ணைப் பார்த்து எந்தவோர் ஆணும் எக்காரணத்தை முன்னிட்டும் பேசக் கூசும் வார்த்தைகளை எல்லாம் தாட்சண்யமேயில்லாமல் அவளிடத்தே கொட்டித் தீர்த்திருக்கிறேன். அவற்றோடெல்லாம் ஒப்பிட இது ஒன்றுமேயில்லை. அதே நேரத்தில் இந்த மூன்று ஆண்டுகளில் எங்கள் இருவரையும் கரைகளாக்கி நடுவில் வெறுமை ஒரு சலமனற்ற நதி போல ஓடிக்கொண்டிருக்கிறது. வெறுமையும் தனிமையும் ஒன்றாகச் சேர அனுமதிக்கக் கூடாது என்பது மட்டும் புரிந்தது.

ஆப்பிள் நறுக்கிய கத்தியுடன் சீவிய ஆப்பிள் தோல்களும் விதைகளும் தட்டுடன் அப்படியே சோபாவின் மரக் கைப்பிடி ஓரத்தில் வைக்கப்பட்டிருந்தன. கத்தியின் கூர்மையான பகுதியின் மேல் இழுவியிருந்த ஆப்பிள் துணுக்குகளை விரல்களால்

கவனமாய் தடவித் துடைத்தபோது, என் முதுகின் மேல் துளைத்து வெளியேற முயலும் விழிகளை உணர்ந்தேன். நான் அமர்ந்திருந்த சோபாவிலிருந்து வலப் பக்கமாய் மெதுவாகத் திரும்பிப் பார்த்தேன். படுத்திருந்த நிலையில் தலையை மட்டும் மெதுவாக உயர்த்தி எச்சரிக்கும் பாவனையில் அது என்னை முறைத்துப் பார்த்துக்கொண்டிருந்தது.

மோக்கா – என்று பெயர் வைத்திருக்கிறாள். ஆட்காட்டி விரலுக்கும் சுட்டு விரலுக்கும் இடையில் வைத்துச் சுழற்றி விளையாட உதவும் ஃபிட்ஜெட் கருவியின் மிகச் சரியான வடிவத்தில் முகத்தில் படர்ந்த கருமையும் உடல் முழுவதும் வெள்ளையும் சாம்பலும் கலந்து பரவிய நிறமும் கொண்ட பூனைக்குட்டி. முகத்தின் கருப்பு நிறத்துக்கு நடுவில் ஒளிரும் பச்சை நிறக் கண்களின் வழியே அதனால் ஒரே நேரத்தில் தேவனையும் சாத்தானையும் தருவிக்க முடியும். இப்போது சாத்தானை வரித்துக் கொண்டுவந்து முறைத்தபடி நிற்கிறது.

குட்டியாக இருந்தபோதும் அதன் கண்களில் தென்பட்ட வன்மத்தின் தீவிரத்தால் என் மயிர்க்கால்கள் சிலிர்த்து நின்றன. உற்றுப் பார்ப்பது அதன் ஆக்ரோஷத்தை மேலும் கிளறிவிடக் கூடும். மீன் முள்ளைப் போன்று கூர்மையாக வளைந்து நின்ற அதன் நகங்களைப் பார்த்தேன். அனிச்சையாக என் கெண்டைக் கால்களை ஒருமுறை தடவி விட்டுக்கொண்டேன். பார்வையை வேறு பக்கம் திருப்பினேன். ஒரு சின்ன பூனைக்குட்டிக்கு அஞ்சுவது பற்றி உள்ளுக்குள் வெட்கமாயிருந்தது.

தொலைக்காட்சி அணைக்கப்பட்டிருக்கிறது. மற்றொரு அறையிலிருந்தும் எந்தவிதச் சத்தமும் வரவில்லை. மீராவும் தூங்கிக்கொண்டிருப்பாளாயிருக்கும். சமீப நாட்களில் அவளின் இருப்புக்குச் சத்தங்கள் மட்டுமே சாட்சியாகியிருக்கின்றன. அவள் விழித்திருக்கும் நேரங்களில் எப்போதும் அவளைச் சுற்றி ஏதாவது ஒன்று ஒலித்துக்கொண்டிருக்கும். சமையலறையில் நின்று சமைத்துக்கொண்டிருக்கும்போது பழைய டி.வி. நிகழ்ச்சிகள், பலதரப்பட்ட யூ-ட்யூப் சானல்கள், திரைப்படங்கள், சமையல் குறிப்புகள், பிரபலங்களின் பேட்டிகள், பாடல்கள், சமீப காலமாகச் செய்திகள், மருத்துவர்களின் அறிவுரைகள் என்று மொபைலில் இப்படி ஏதேனுமொன்று ஒலித்துக் கொண்டிருக்கும். அதே நேரத்தில் ஹாலில் டி.வி.யிலும் தன்போல ஏதாவதொன்று ஓடிக்கொண்டிருக்கும். இல்லையென்றால் அம்மா, அப்பா, பள்ளித் தோழிகள், பழைய அலுவலக சகாக்கள் என்று யாருடனாவது சலிக்காமல் பேசிக்கொண்டிருப்பாள். இதற்கு முன்பு அவள் இப்படியிருக்கவில்லை. அகமும் புறமும் ஒடுக்கப்பட்டிருக்கும் இந்நாட்களின் தொடக்கத்தில் ஆரம்பித்தது.

இப்போது பிரிக்க முடியாத பழக்கமாய் அவளுள் வேரூன்றிப் போயிருந்தது.

2

வீடடங்கைப் பலரும் விடுமுறையைப் போலக் கொண்டாடிக் கொண்டிருக்கிறார்கள். ஒரு பக்கம் நாளை நேரக்கூடிய விளைவுகள் குறித்த அச்சமேதுமற்ற சுத்தப் பைத்தியக்காரத் தனம் இது எனவும் மறுபக்கம் நிற்க நேரமில்லாமல் எப்போதும் ஏதேனுமொன்றை துரத்திக்கொண்டு சென்றவர்கள் அத்தனை பேரும் நிறுத்தி நிதானித்து கொஞ்சம் ஆசுவாசம் கொள்ளட்டுமே, இப்போது என்ன ஆகிவிடப் போகிறது எனவும் தோன்றுகிறது. இதெல்லாம் முடிவுறும் ஒரு நாளில் மறுபடியும் பழையபடி இன்னுமின்னும் முன்பைக் காட்டிலும் வேகமாக ஓடத்தானே போகிறார்கள்.

ஒருவகையில் இதன் பொருட்டு இப்படியாக நிதானித்துக் களிப்பவர்களைப் பார்க்கப் பொறாமையாக இருக்கிறது. என்னுடைய வேலையைப் பார்ப்பதற்கு எனக்கு இருக்கும் அதிகபட்ச தேவையெல்லாம் ஒரு கணினியும் தடையற்ற இணையத் தொடர்பும் மட்டுமே. இவை மட்டும் இருக்கு மெனில் எந்த ஒரு குக்கிராமத்திலிருந்தும் என்னால் எவ்விதப் பிசகுமின்றி என் வேலையைத் தொடர முடியும்.

இப்போது நினைத்துப் பார்க்கையில், தினம் தினம் போக பதினைந்து கி.மீ. வர பதினைந்து கி.மீ. என்று வெயில் மழை பாராது முதுகு நோக பயணம் செய்து அலுவலகம் போய்வந்ததற்கு எல்லாம் என்ன பொருள் என்பது புரியவில்லை. எல்லோரும் போகிறார்கள் என்பதற்காக, கண்களை மூடிக்கொண்டு நிறைவேற்றப்படும் அர்த்தமறியாதொரு பழைய சடங்கைப் போல அலுவலகம் சென்று வந்திருக்கிறேன். அதற்குமேல் அப்படிப் போனதற்கு ஓர் அர்த்தமுமில்லை. அலுப்பும் சலிப்பும் மிக்க பயணத்தைத் தவிர்த்ததைத் தவிர இன்று என்னுடைய அன்றாடத்தில் துளி மாற்றமில்லை. சொல்லப் போனால் பயணத்தில் மிச்சமாகும் நேரத்தையும் சேர்த்து அலுவலக வேலை பார்த்துக்கொண்டிருக்கிறேன். நான் பார்க்கும் வரைகலை வடிவமைப்பு அதீத கவனத்தையும் உழைப்பையும் கோருவது. கற்பனையும் தருக்கமும் நுணுக்கமும் தகுந்த அளவில் கூடி முயங்கி எழுந்து வரவேண்டும். அதுவும்கூட இந்தப் பத்து வருடப் பயிற்சியில் வண்டியோட்டுவதைப் போன்ற அனிச்சை செயலாகிப் போயிருந்தது.

அன்று வரைபடத்துக்கான தனித் தனி பாகங்களை வரைந்து முடித்துவிட்டு கடைசியாக அனைத்தையும் ஒன்றிணைத்துச் சேர்க்கும் வேலையையும் முடுக்கிவிட்டு பாதியில் நிறுத்தி வைத்திருந்த அசோகமித்திரனின் 'ஒற்றன்' நாவலை வாசிக்க ஆரம்பித்தேன். தனித் தனியாகச் செய்த துண்டுப் படங்களை இணைத்துக் கட்டும் வேலை இரண்டரை மணி நேரம் வரை நடைபெறும். மிகச் சரியாக மீதம் மூன்று நிமிடங்கள் இருக்கும் போது மின்சாரம் துண்டிக்கப்பட்டது. பத்து நிமிடங்களில் மின்சாரம் திரும்பிவிட்டது. ஆனால், இப்போது மறுபடியும் இணைப்பு வேலையை முதலிலிருந்து தொடங்க வேண்டும். அது தானாகப் பிரச்சினையின்றி இணைத்துக் கட்டப்பெற்ற பிறகே வேலை முடியும். திரும்பச் செய்வது குறித்த சலிப்பைவிட ஒருவேளை இடையில் மீண்டும் மின்சாரம் தடைப்பட்டால் என்ன செய்வது என்பது குறித்த எரிச்சலே அதிகமாக இருந்தது. கணினியை உயிர்ப்பித்து மறுபடியும் தடைப்பட்ட வேலையை முதலிலிருந்து முடுக்கிவிட்டு நாவலைக் கையில் எடுத்தேன். அப்போதுதான் மீரா அடுப்படியிலிருந்து அழைத்தாள்.

"நித்தில் . . ."

அவள் அழைத்தது எனக்கு காதில் கேட்டும் பதில் சொல்லும் மனநிலை இல்லை. 'அதை எடு, இதைச் செய்' என்று ஏதாவது வேலை ஏவுவதற்காகவே அழைக்கிறாள் என்பதை அவள் அழைக்கும் தொனியிலிருந்தே அறிவேன்.

" நித்தில் . . ."

"சொல்லு மீரா."

"வேலை முடிஞ்சதா ? கொஞ்சம் ஹெல்ப் வேணும்."

"இல்ல மீரா . . . வேலை இன்னும் முடியல."

"பொய் சொல்லாத ... சும்மா உக்காந்து புக்தானே படிச்சுட்டு இருந்த. இப்போ ஒரு ஹெல்ப்ன்னு கேட்டதும் வேலை அது இதுங்கிற பாத்தியா ?"

"ஹே . . . சத்தியமா இன்னும் வேலை முடியலடி."

"நான் ஏதாவது சொன்னா மட்டும் உனக்கு வேலை வந்துடும். நேரம் இருக்காது. அதுவே படம் பார்க்க புத்தகம் படிக்கன்னா மட்டும் நேரம் தனியா முளைச்சு வந்திரும் இல்ல ?", அவள் என்னவோ இதை மெல்லிய புன்னகை இழையோடும் கேலியாகச் சொன்னதுபோல்தான் இருந்தது. என்னால் தான் அன்று அதைச் சிரித்துக் கடந்துசெல்ல இயலவில்லை.

“ஐயோ ப்ளீஸ் ஆரம்பிக்காதே . . . இப்போ நான் என்ன பண்ணனும்னு மட்டும் சொல்லு” கட்டுக்குள் நிற்காமல் என் குரல் உயர்ந்தது.

“நீ ஒண்ணும் பண்ண வேண்டாம் விடு . . . போ போய் உன் வேலையப் பாரு. அவனவன் பொண்டாட்டிக்கு எப்படி ஹெல்ஃப் பண்றான்னு போய்ப் பாரு. தீபக்கெல்லாம் சனி ஞாயிறு மொத்த சமையலும் அவனே பண்றான். எங்க அண்ணி வாட்ஸ் அப் ஸ்டேட்டஸ் முழுக்க வரிசையா போட்டாவா போட்டுத் தள்ளுறாங்க. நீதான் என்னமோ ஓவரா பண்ற.”

“சும்மா கடுப்பேத்தாத மீரா. உங்க அண்ணனுக்கு ஆபிஸ் கிடையாது. வீட்டில இருந்து வேலை பார்க்க வேண்டிய அவசியமும் இல்ல. அப்போ இதுவும் செய்வான். இதுக்கு மேலயும் செய்வான். எனக்கு அப்படியா? காலைல பத்து மணிக்கு வேலை செய்ய உட்கார்ந்தேன். இதோ இப்போ நைட்டு எட்டு மணியாச்சு. இன்னமும் இரண்டு மணி நேரம் வேலை இருக்கு. இதுக்கு நடுவுல நீ வேற ஊர்ல உள்ளவன் ஸ்டேட்டஸ் எல்லாம் மேஞ்சுட்டு வந்துட்டு சும்மா நச்சு நச்சுன்னு படுத்துற.”

போகிற போக்கில் அவள் அண்ணனை அவன் இவன் என்று சொன்னதை இப்போது அவள் கவனித்ததுபோல் காட்டிக்கொள்ளவில்லை. ஆனால் என்றாவது ஒரு நாள் கண்டிப்பாய் இதை எடுப்பாள் என்பது எனக்குத் தெரியும். ஒரு சண்டையில் தவறவிட்ட வார்த்தைகள் ஒவ்வொன்றும் அடுத்தடுத்த சண்டைகளில் எனக்கெதிரான ஆயுதமாய்த் திரும்புவதைக் கவனித்திருக்கிறேன். இப்போது அவள் முகம் சிறுக்க ஆரம்பித்தது. ஏவிய குரலுக்கு வந்து நிற்கும் நாய்க்குட்டி போல கண்களில் நீர் தேங்கி நின்றது.

“நீ வேலை பார்த்துட்டு இருக்கும்போது ஒண்ணும் நான் கேக்கலியே. காலைல இருந்து உன்ன எதாவது கேட்டனா? மூணு வேளை சமையல், இரண்டு வேளை டீ, அதுக்கு மேல பாத்திரம் தேய்க்கிறது, வீடு கூட்டுறதுலருந்து உன் ஜட்டி, பனியனைத் துவைச்சுப்போடுறது வரை அத்தனையையும் ஒத்தையாளா நின்னு நான்தானே இங்க இழுத்துப்போட்டுப் பண்ணிட்டு இருக்கேன். நடுவுல ஏதாவது உன்ன தொல்லை பண்ணேனா? இல்லியே! நான் . . .”

அவள் பேசும்போது இடைவெட்டிப் பேசுவது அவளைக் கூர்மையாக அவமதிக்கும் என்பது எனக்குத் தெரியும். அப்படியே செய்தேன்.

“ஐயோ கடவுளே . . . லிஸ்ட் போட ஆரம்பிச்சுடாத. நான் மட்டும் இப்படி வேலை பார்த்து வாங்கிட்டு வர்ற சம்பளத்தை

பக்கத்து வீட்டுல கொண்டுபோயா கொட்டுறேன்? மாங்கு மாங்குன்னு மாடு மாதிரி யாருக்காக உழைக்கிறேன்? சும்மா ஏதோ நீ மட்டும்தான் இந்த வீட்டுல வேலை பார்க்குற மாதிரி பேசுற! எப்பப் பார்த்தாலும் சும்மா நைய் நைய்ன்னுட்டு...ச்சை!"

"என்ன நைய் நைய்ன்னு சொன்னாங்க இப்போ? எட்டிப் பார்த்தேன். புக்தான் படிச்சுட்டு இருந்த. அதான் கூப்பிட்டேன். அதுக்கு இவ்வளோ பேச்சா...யப்பா. ஒரு உதவிக்குத் துப்பில்ல.. பேச்சுக்கு மட்டும் குறைச்சலில்ல" என் முகத்தைப் பார்க்காமல் சுவரைப் பார்த்து கேலியாகச் சிரித்தபடி பேச ஆரம்பித்தாள். என் அகத்தைக் குறுக்கி ஒடுக்கிக் கிறுக்குப் பிடிக்க வைக்கும் உத்திகளை என்னைவிடக் கச்சிதமாகக் கையாண்டாள்.

"ஓ... அதான் தெரியுமே எனக்குப் பிடிச்ச மாதிரி ஒரு பத்தே பத்து நிமிஷம் இருந்துடக் கூடாது. புக்கைத் திறந்து நாலு பக்கம் பொரட்டிடக்கூடாது. உனக்குப் பொறுக்காதே. மூக்கு வியர்த்துடும். சாடிஸ்ட்... சைக்கோ... சைக்கோ..." என்று அவளைப் பார்த்து உச்சக் குரலில் கத்தினேன். கோபத்தில் கையில் வைத்திருந்த புத்தகத்தைத் தூக்கி எறிந்தேன். குறி பார்த்துச் செய்யவில்லை என்றாலும் அது மிகச் சரியாக அவள் முகத்தின் மேல் போய் விழுந்தது.

அதன் பிறகு வேலையை முடித்துவிட்டு அடுப்படிக்குச் சென்று பார்த்தேன். கருகியிருந்த தோசையுடன் அடுப்பு அப்படியே அணைக்கப்பட்டிருந்தது. மற்றபடி எல்லாம் போட்டது போட்டபடி இருந்தது. அவள் அழுதிருப்பாளாய் இருக்கும். என்னால் இதில் எதுவும் செய்வதற்கில்லை. அவள் கண் முன்னால்தான் அவ்வளவு மணி நேரம் முதுகுக்குப் பொருந்தாத நாற்காலியில் அமர்ந்து வேலை பார்த்துக்கொண் டிருக்கிறேன். எல்லாம் தெரிந்திருந்தும் மற்றவர்களோடு ஒப்பிட்டுப் பேசுவதைத்தான் என்னால் பொறுத்துக்கொள்ள முடிவதில்லை.

போகட்டும். கிடந்து அழட்டும். சமாதானப்படுத்தி சரி செய்யும் மனப்போக்கு இல்லை. மறுநாள் காலையில் எல்லாம் சரியாகிவிடும் என்றுதான் நினைத்திருந்தேன். ஆனால், மறுநாள் முழுவதும் அவள் ஒரு வார்த்தைகூடப் பேசவில்லை. அதே நேரத்தில் வழக்கமாகக் கோபத்திலிருக்கும்போது அவள் செய்யும் கவன ஈர்ப்பு உத்திகள் ஒன்றையும் செயல்படுத்தவில்லை.

மூன்றாம் நாள் மனம் கேட்காமல் குற்ற உணர்வு மேலிட நானே பேச ஆரம்பித்தேன். அவளுக்குத் தெரியாமல் அவள் முகத்தை உற்றுப் பார்த்தேன். காயமோ, வீக்கமோ தென்பட வில்லை. அவளிடம் என்னுடைய எந்தக் கேள்விக்கும் பதிலில்லை.

ஒளிரும் பச்சைக் கண்கள்

சிறு சலனம்கூட இல்லை. ஆனால், அவள் மற்ற நாட்களில் செய்வதைப் போன்றே அத்தனை வேலைகளையும் இழுத்துப் போட்டுச் செய்தாள். பாத்திரங்கள் உருட்டப்படும் சத்தம், கப்–போர்ட்டுகள் அறைந்து சாத்தப்படும் ஓசை, தான்தோன்றிப் புலம்பல்கள் என எதுவுமில்லை. குறைந்தபட்சமாக ஒரு முறைப்பு, சிறு சுளிப்புகூட இல்லை. அதுதான் சற்று உறுத்தியது. இயல்பைவிட்டு விலகியிருப்பதே எப்போதும் அச்சத்தைக் கூட்டுகிறது. வழக்கமான சண்டைகளின்போது, “இப்படியே நீ பண்ணிட்டு இரு. என்னைக்காவது ஒரு நாள் வெடிக்கப் போறேன். அன்னிக்குப் பார்ப்ப என்னோட உண்மையான முகத்த” என்ற வாக்கியத்தோடுதான் சண்டையை முடிப்பாள். அதெல்லாம் அவ்வப்போதான கோபத்தின் வெளிப்பாடுதான் என்பதை உணர்ந்திருந்தாலும் என்றாவது ஒரு நாள் அப்படி நடந்துவிடுமோ என்ற அச்சம் உள்ளே உறைந்திருந்ததையும் மறுப்பதற்கில்லை. ஆனால், வெடிப்பதற்குப் பதிலாக இப்படி மொத்தமாக அடைத்துக்கொள்வாள் என்பதை நான் எதிர்பார்த்திருக்கவேயில்லை. இயன்றவரை நான் இயல்பாக இருக்க முயன்றேன். அவளிடம் சாதாரணமாகப் பேசுவதைப் போலவே பேசிக்கொண்டிருந்தேன். அவள் எதையும் பொருட்படுத்தியதாகக் காட்டிக்கொள்ளவில்லை.

என்னாலும் இரண்டு நாட்களுக்கு மேல் இயல்பாக இருப்பதுபோல் நடிப்பதைத் தொடர முடியவில்லை. சோபாவில் அமர்ந்து யாருடனோ போனில் பேசிக்கொண்டிருந்தாள். நானும் சோபாவில் போய் சற்றுத் தள்ளி அந்நியர் ஒருவருக்குத் தருவதைப் போன்ற போதிய இடைவெளிவிட்டுத்தான் அமர்ந்தேன். தீப் பட்டதைப் போல் துள்ளி எழுந்து நகர்ந்து போனாள். சுருக்கென்று இருந்தது. திரும்பத் திரும்ப அந்தச் சம்பவம் மனதில் ஓடிக்கொண்டிருந்தது. அன்றிலிருந்து அவளிடம் பேசுவதைக் குறைத்தேன். ஒரு கட்டத்தில் முற்றிலும் நிறுத்திக்கொண்டேன்.

❍

3

ஃப்ரிட்ஜில் வைக்கப்பட்டிருந்த பாட்டிலிலிருந்த தண்ணீரை எடுத்துக் குடித்தேன். அறையிலும் மனத்திலும் கவிந்திருந்த புழுக்கத்துக்கு இதமாக இருந்தது. காலையில் காய்ச்சி வைக்கப்பட்டிருந்த பாலை எடுத்து மோக்காவுக்காக ஒதுக்கப்பட்டிருந்த வளைந்த கனத்த தட்டில் ஊற்றினேன். அதில் கொஞ்சம் தண்ணீர் கலந்து ஹாலுக்குக் கொண்டு வந்தேன். அது முன்பு படுத்திருந்த நிலையிலிருந்து மாறவில்லை. பால் இருந்த

கிண்ணத்தை வைக்கப் பக்கத்தில் போனதும் மிரண்டது. மெதுவாகச் சீறியது. பயந்து கையை உதறியதில் தட்டிலிருந்த பால் மொத்தமும் பேப்பரிலும் தரையிலுமாகச் சிந்திப் பரவியது. அப்படியே தட்டை எடுத்து தலையில் ஒரு போடு போட்டு விடலாமா என்று யோசித்தேன். மறு கணம் பார்க்கப் பாவமாகவும் இருந்தது.

வீடடங்கு அறிவிக்கப்பட்டு நாங்கள் வீட்டில் அடைய ஆரம்பித்த இரண்டாம் நாள் அது. அலுவலகத்தில் கொடுத்து விடப்பட்ட மடிக்கணினியின் எல்லா இணைப்பு வயர்களையும் தகுந்த இடத்தில் பொருத்திச் சரிபார்த்துக்கொண்டிருந்தேன். அப்போதுதான் மீரா வீட்டுக்கு வெளியிலிருந்து அழைத்தாள்.

“நித்தில்.”

“சொல்லு மீரா.”

“ஒரு நிமிஷம் வெளியே வர்றியா ?” அவள் குரலில் உற்சாகம் நிறைந்து ததும்பியது.

“ஃபைவ் மினிட்ஸ்.”

“இல்ல இல்ல . . . அவ்ளோ நேரமெல்லாம் கிடையாது. உடனே வெளியே வா. ப்ளீஸ்டா” என்று பக்கத்திலிருக்கும் பல வீடுகளுக்கும் கேட்கும் குரலில் கத்தினாள்.

நாங்கள் இருப்பது பழவந்தாங்கலில் தனி வீடு. மேலே வீட்டு உரிமையாளர். கீழே நாங்கள். இரண்டு மா மரங்கள், பின்னால் ஒரு கிணறு, வீட்டுக் காம்பவுண்ட் சுவரைச் சுற்றி உட்புறமாக நட்டு வைக்கப்பட்ட மூன்றுவித செம்பருத்திச் செடிகள், நந்தியாவட்டை, துளசி. சென்னையில் இப்படி ஒரு அழகான வீடு அதிர்ந்து பேசாத உரிமையாளரைக்கொண்டிருப்பது மிகவும் அரிது. அவ்வகையில் அதிர்ஷ்டம் எங்கள் பக்கம் இருந்தது.

வீட்டு வாசலுக்கு வலதுபுறத்தில் சுற்றுச் சுவரை ஒட்டி வைக்கப்பட்டிருந்த துளசிச் செடிகளுக்குப் பக்கத்தில் மீரா குத்துக்காலிட்டு அமர்ந்திருந்தாள்.

“வா வா நித்தில் இங்க வந்து பாரு.”

அழகிய பொதிப் பஞ்சைப் போலிருந்தது அந்தப் பூனைக் குட்டி. பிறந்து சில நாட்களே இருக்கும். கண்களை பாதியாகத் திறப்பதும், பிறகு, வெளிச்சத்துக்குக் கூசி மூடுவதுமாக இருந்தது. சுட்டுவிரலால் மெதுவாக அதன் தலையைத் தடவினாள். தன் உடலைச் சிலிர்த்துக்கொண்டது. மெதுவாக அதை தன் இடக்கையில் எடுத்து மார்போடு சேர்த்து அணைத்துக் கொண்டாள்.

"ஹே . . . கீழே விடு மீரா . . . அதோட அம்மா பார்த்தா உன்னைக் கடிச்சுடப் போகுது."

"அதெல்லாம் ஒண்ணும் பண்ணாது போ."

"பைத்தியம்!"

என்னைப் பார்த்து கண்களைத் தாழ்த்தி அசடாகச் சிரித்தாள். அதன் அர்த்தம் எனக்குப் புரிந்தது.

"நோ மீரா . . . வேண்டாம். நாம இருக்கிறது வாடகை வீடு. நமக்கு பெட்ஸ் எல்லாம் செட் ஆகாது. மேல் வீட்டு ஆன்ட்டிக்குத் தெரிஞ்சா ஏதாவது சொல்லப் போறாங்க."

"ஆன்ட்டிக்கிட்ட நான் பேசிக்கிறேன். அது பிரச்சினை யில்ல. நீ என்ன சொல்ற?" என்றாள்.

"அய்யோ லூஸே . . . அதோட அம்மா தேடப் போகுது. பாவமில்லியா" என்றேன்.

"அதெல்லாம் தேடாது. ஒருவேள அப்படித் தேடி வந்தா பார்த்துக்கலாம். இப்போ இதை இப்படியே விட்டாலும் செத்துப் போயிடும். அழகா இருக்கு. இதோட கண்ணை மட்டும் பாரு. ஒரு மாதிரி பச்சை பச்சையா அப்படியே கலர் கோலிக்குண்டு மாதிரி எப்படி இருக்கு. இதை மட்டும் ஒரே ஒரு தடவை பாரு. உனக்கே கீழே விட மனசு வராது" என்றாள்.

அவள் என்னிடம் அனுமதியெதுவும் கேட்கவில்லை. முடிவு செய்துவிட்டுத் தகவலைச் சொன்னாள். அவ்வளவு தான். அதை எடுத்து வளர்ப்பது குறித்து எனக்கு முதலில் தயக்கமிருந்தது உண்மைதான் என்றாலும் அவளின் இரவுநேர அழுகைகளை அது குறைக்கக்கூடும் என்று திடமாக நம்பினேன். நானும் அதன் கண்களைப் பார்த்தேன். எல்லாவற்றுக்கும் மேல் அவள் சொன்னதில் உண்மை இருந்தது.

துணியாலான மிதியடிகள் கொண்டு குட்டியாக ஒரு மெத்தை தயாரித்தாள். பாலைக் காய்ச்சி பக்கத்தில் யாரிடமோ பேசி வாங்கிவைத்த ஃபீடிங் பாட்டிலில் அடைத்துக் கொடுத்தாள். எப்போதும் நண்பர்களின் வருகையால் களைகட்டி இருக்கும் எங்கள் வீட்டில், வீடடங்கு காலத்தின் காரணமாய் கவிந்திருந்த வெறுமையை இட்டு நிரப்பியது அதன் வருகை. இருந்தும் அதன் இருப்பினை முழுமனதாக என்னால் ஏனோ ஏற்றுக்கொள்ள முடியவில்லை. அது வந்து சேர்ந்த இரண்டாவது நாள்தான் எங்களுக்குள் அந்தச் சண்டை நிகழ்ந்து பேச்சுவார்த்தை நின்று போனது.

பல நேரங்களில் மீராவிடம் பேச வேண்டிய விசயங்களை, சொல்ல வேண்டிய தகவல்களை மோக்காவைப் பார்த்துச் சொல்லத் தொடங்கினேன். சண்டைக்குப் பின்னான சமாதான முயற்சிகளின்போது ரொம்பவும் விளையாட்டாகத்தான் இதை ஆரம்பித்தேன். அப்படியாக அதனோடு நட்பாகப் பேசும் கணங்களில் அது தன் தலையைக் கொண்டுவந்து என் பாதங்களில் மெதுவாக முட்டும். அவள் தடவிக்கொடுப்பதைப் போலவே நானும் அதன் கழுத்தினை மெதுவாகத் தடவிக்கொடுத்தேன். அந்தச் சுகத்தில் அது மேலும் மேலும் நெகிழ்ந்து குழைந்து உருகும். தடவுவதை நிறுத்தியதும் தலையை உயர்த்தி என் முகத்தைப் பார்க்கும். அப்போது அதற்கு இருந்தது அன்பினை இறைஞ்சும் தேவனின் கண்கள்.

அடுத்தடுத்த வாரங்களில் அது கொஞ்ச கொஞ்சமாய் மொத்த வீட்டையும் உரிமைகொண்டாட ஆரம்பித்தது. என் படுக்கையறையில் முடி உதிர்ப்பது குறித்து அதனிடமே சொல்வது போல மீராவிடம் சத்தம்போட்டுக் கண்டித்த நாளிலிருந்துதான் மீரா தன் படுக்கையைப் பக்கத்து அறைக்கு மாற்றிக்கொண்டாள். உண்மையில் மோக்காவைத்தான் வெளியேற்றியிருக்க வேண்டும். ஆனால், கிட்டத்தட்ட அவர்கள் இருவரும் சேர்ந்து என்னை ஒதுக்கினார்கள்.

அதன் பின் ஒருநாள் டீப்பாயிலிருந்த என் புத்தகம் கரம்பி வைக்கப்பட்டிருந்தது. நண்பர் ஒருவரிடம் இரவல் வாங்கி வைத்திருந்த புத்தகம். என்னால் கோபத்தைக் கட்டுப்படுத்திக் கொள்ள முடியவில்லை. மோக்காவினுடைய செய்கைதான் என்றாலும் ஒரொரு சமயம் அதைக் கடிந்து பேசுவதற்கே அச்சமாக இருந்தது. அதனுடைய செய்கைகளைப் பார்க்கும்போது பல நேரங்களில் மீராவினுடையதைப் போலிருந்தது. இதில் யார் யாரைப் பிரதியெடுக்கிறார்கள் என்று என்னால் புரிந்து கொள்ள முடியவில்லை.

❍

4

நீண்ட நாட்களாக மழிக்கப்படாமலிருந்த தாடி என்னைச் சுற்றிப் படர்ந்திருந்த தனிமையின் அடர்த்தியை இன்னும் அதிகமாக்கியதைப் போல் தோன்றியது. ஃபோமைத் தடவி ஷேவிங் செய்துகொண்டிருந்தேன். மீசையில் பட்டுவிடாமல் அதிகவனமாக முடியை ஒதுக்கிக்கொண்டிருந்தபோதுதான் கண்ணாடியில் அந்தக் காட்சியைக் கண்டேன். என் அலுவலகக் கணினியின் வயரின் மேல் ஒரு காலை ஊன்றி அது நகர்ந்து

விடாமல் பிடித்துக்கொண்டு மோக்கா வெகு ருசியாக அதைக் கரம்பிச் சுவைத்துக்கொண்டிருந்தது. கணினி எவ்வகையி லேனும் பழுதுபடுமாகின் இப்போதிருக்கும் சூழலில் அதைச் சரிபார்ப்பது நடவாத காரியம். என்னுடைய மொத்த வேலையும் பாழ். அதற்கும் மேல் வயரைக் கடித்து அதற்கு ஏதாவது ஆகித் தொலைந்தால் என்னாவது?

இதில் கவனம் சிதறி முகத்திலொரு செவ்வரியைத் தீட்டிக் கொண்டேன். ஷேவிங்கைப் பாதியில் நிறுத்திவிட்டு, “யே ... யேய் . . . வயரைப் போய் கடிக்கிற! ஷாக் அடிச்சுட்டு செத்துடாதே. அந்தப் பக்கம் போய்த் தொலையேன் சனியனே!. என் உயிரை வாங்கன்னு வந்து சேர்ந்திருக்க” என்று கத்தி காலை ஓங்கித் தரையில் மிதித்துச் சப்தமெழுப்பி அதை விரட்டினேன்.

உச்சஸ்தாயியில் ஒலித்த என் கத்தலையும், தரையிலிருந்து வந்த இடியொத்த ஓசையையும் எதிர்பாராத அது திடுக்கிட்டு வெருண்டு விலகியது. மீராவினுடைய அறைக்கு வெளியே நின்றுகொண்டு என்னைப் பார்த்து மெல்லிய குரலில் ‘மியாவ்’ என்றது.

அவ்வறையிலிருந்து மீரா வெளிவந்து கண்ணீர் ததும்பும் விழிகளுடன் அதைக் கையில் எடுத்துக்கொண்டு அறைக்குள் சென்றாள். அன்றும் மறுநாளும் மீராவினுடைய அறையைவிட்டு மோக்கா அதிகமாக வெளிவரவில்லை. அவ்வப்போது உள்ளிருந்து சத்தம் மட்டும் வரும். நானும் அது குறித்துப் பெரிதாக அலட்டிக் கொள்ளவில்லை.

அன்றைக்கு இரவு சிறுநீர் கழிக்க என் படுக்கை அறையி லிருந்து வெளியே வந்தபோதுதான் வழியில் படுத்திருந்த மோக்காவைத் தெரியாமல் மிதித்துவிட்டேன். எண்பது கிலோ எடையை ஒரு சின்ன பூனைக்குட்டி எப்படித் தாங்கும். வலியில் கதறிக் கத்தித் தீர்த்துவிட்டது. கோபத்தில் என் கால்களை தன் கூரிய நகங்களால் இழுத்துப் பிறாண்டிக் கிழித்தது. விளக்கைப் போட்டதும்தான் கவனித்தேன். அதன் கண்களில் கண்ணீர் வழிந்துகொண்டிருந்தது. அதே நேரத்தில் என்ன செய்வ தென்றும் புரியவில்லை. அதைத் தொட்டுத் தூக்கலாம் என்று பக்கத்தில் போனதும் மீண்டும் காலின் மீது ஏறிப் பிறாண்டியது. என் முட்டிக்குக் கீழ் அதன் கூரிய நகங்களின் உபயத்தால் குறுக்கும் நெடுக்குமாய் கீறல்கள். கீழே குனிந்து மறுபடியும் தூக்க முயலும்போது அது விலகி ஓடி மீராவின் அறைக்குள் நுழைந்துகொண்டது. அது உள்ளே போனதும் அவ்வறையின் விளக்குகள் ஒளிர்ந்தன. நீண்ட நேரத்துக்கு அதன் ஓலச் சத்தம் கேட்டுக்கொண்டிருந்தது. மீரா கொஞ்சியும் கெஞ்சியும்

சமாதானப்படுத்திக்கொண்டிருந்தாள். நான் என் அறையில் தூக்கம் வராமல் புரண்டு புரண்டு படுத்துக்கொண்டிருந்தேன். அதன் பச்சைக் கண்களில் வழிந்த கண்ணீர் என்னை அதிகமாய் தொந்தரவு செய்தது. இதற்கு முன் ஒரு பூனையோ நாயோ இப்படி அழுது நான் பார்த்ததில்லை. அதன் பிறகு துளியும் தூக்கம் கூடவில்லை. மனதைச் சமநிலைக்குக் கொண்டுவந்து மீள்வதற்கு மதியமாகியது. அதன் பின்னரே கொஞ்சம் தூக்கம் சாத்தியப்பட்டது. அப்படித் தூங்கித்தான் இதோ இரவில் விழித்திருக்கிறேன்.

❍

5

மறுபடியும் பாலைக் காய்ச்சிப் பின் குளிர்வித்து மற்றொரு கிண்ணத்தில் போட்டு கொஞ்சம் தள்ளி வைத்து மோக்காவை அழைத்தேன். அது அங்கிருந்து நகரவேயில்லை. பால் வைக்கப் ப்பட்ட கிண்ணத்தையோ என்னையோ துளியும் பொருட் படுத்தியதாகத் தெரியவில்லை. அதன் அடமும் புறக்கணிப்பும் எனக்கு மீராவை நினைவுபடுத்தியது. எரிச்சல் மண்டியது. அது அங்கிருந்து நகர்ந்து தொலைந்தால்தான் நான் கீழே கொட்டியிருக்கும் பாலைத் துடைக்க முடியும். இல்லாவிட்டால் அது வழிந்து மீராவின் அறைக்குள் நுழையும். மேலும் சங்கடம்.

மோக்காவுக்குப் பக்கத்தில் போய் கீழே குனிந்து அதனைத் தூக்கி நகர்த்த முற்பட்டேன். கோபத்தில் சீறி, மறுபடியும் அது என் கைகளைப் பற்றிப் பிறாண்டியது. வலியிலும் கோபத்திலும் கைகளை வேகமாக உதறினேன். மீரா கதவைத் திறக்கவும் அது கதவினில் போய் அடிபட்டு விழவும் சரியாக இருந்தது. மீரா அதை அள்ளி எடுத்து மார்போடு அணைத்துக்கொண்டாள். நான் அவளைப் பார்க்கவில்லை. தலையைக் குனிந்துகொண்டேன். அவள் என்னை முறைத்துக்கொண்டிருந்தாள். அப்போது அவளுக்கும் சாத்தானின் ஒளிரும் பச்சைக் கண்கள் இருந்தது.

கதவு இழுத்து அறைந்து சாத்தப்பட்டது.

இது நடந்து இன்றோடு ஒரு வாரமாகிவிட்டது. அச் சம்பவத்துக்குப் பிறகு எனக்குத் தேவனின் கோவத்தையோ சாத்தானின் கருணையையோ காணும் வாய்ப்பு கிட்டவேயில்லை.

❍

மண்

தூக்கம் பிடிக்கவில்லை. இன்னவென்று இனம் காணவியலாத ஏதோ ஒன்று உள்ளே கிடந்து அழுத்தியது. மெதுநடை சென்று மனதுள் ஒவ்வொரு அடுக்காக எடுத்துப் பிரித்துப் பார்த்தால் ஒருவேளை விடை கிடைக்கக்கூடும். அப்படி உள்ளே உற்றறிந்து அதிலிருந்து வெளியேறு வதற்கான சூழல் அங்கு வாய்த்திருந்தது.

கார்த்திக் பாலசுப்ரமணியன்

கூடாரத்திலிருந்து வெளியே வந்தேன். உள்ளே, மீராவும் வினுவும் அயர்ந்து தூங்கிக்கொண்டிருந்தனர். ஜனவரியில், அமெரிக்க ஐரோப்பிய நாடுகள் குளிரில் உறைந்துகொண்டிருக்கும்போது இங்கே ஆஸ்திரேலியாவில் கோடைக்காலம். ஆனாலும் நள்ளிரவு ஆதலால் நல்ல குளிர் இருந்தது. உள்ளே மாட்டியிருந்த ஸ்வெட் சர்ட்டை எடுத்துப் போட்டுக் கொண்டேன். கூடாரத்தை ஒட்டி புல்வெளியில் போடப்பட்டிருந்த துணியினால் செய்யப்பட்ட சாய்வு நாற்காலியில் அமர்ந்தேன். புத்தாண்டு கொண்டாட்டங்கள் முடிந்து சிட்னி நகரம் ஓய்வெடுத்துக்கொண்டிருந்தது. தூரத்து ஒளி வெள்ளத்துக்கு இடையே ஒருவித அமைதியின்மை இரை கொண்ட பாம்பைப் போல மெதுவாக ஊர்ந்துகொண்டிருந்ததை என்னால் உணர முடிந்தது.

கிறிஸ்துமஸ் மற்றும் புத்தாண்டை ஒட்டிக் கிடைத்த பத்து நாட்கள் விடுமுறையில் சிட்னியிலிருந்து ஃபெர்ரியில் வந்தால் அரைமணி நேரத் தொலைவில் இருக்கும் கொக்கட்டூ தீவுக்கு நண்பர் குடும்பங்களுடன் சேர்ந்து காம்பிங் வந்திருக்கிறோம். இதைத் தீவு என்று சொல்வது அத்தனை பொருத்தமாக இருக்குமா என்று தெரியவில்லை. பாரமட்டா நதியும் அதன் கிளை நதியான லேன் காவ் நதியும் சந்திக்கும் இடத்தில் அமைந்திருக்கும் ஒரு திட்டு. முன்னொரு காலத்தில் கைதிகளை அடைத்துவைக்கும் ஜெயிலாக இருந்திருக்கிறது. அதற்கும் முன் இங்கே என்ன இருந்திருக்கும்? ஒரு சிறிய காடு இருந்திருக்கலாம். சில பழங்குடிகளும். இப்போது அதே பழங்குடிகளை வைத்து ஆட்டமும் பாட்டமுமாக நிகழ்ச்சி நடத்துகிறார்கள். யுனெஸ்கோ புராதனச் சிறப்பு மிக்க இடம் என்ற அந்தஸ்து வேறு.

புத்தாண்டை ஒட்டி இங்கே இடம் கிடைப்பது அவ்வளவு எளிதான காரியமன்று. இது, ஒட்டுமொத்த தேசமும் இடம் மாறித் திரிந்துகொண்டிருக்கும் காலம். எங்களோடு மூன்று குடும்பங்கள் இணைந்துகொண்டன. இங்கே போவது உறுதியான நாளிலிருந்து மீராதான் முதலில் பயங்கர உற்சாகமாக இருந்தாள். காம்ப் போடுவதற்குத் தேவையான பொருட்கள், அதற்கென்று பிரத்தியேக ஆடைகள், பார்பிக்யூ வைப்பதற்கான உணவுப் பண்டங்கள் என்று திட்டமிட நண்பர்களின் மனைவிகளோடு சேர்ந்து ஒரு வாட்ஸப் குழுவை ஆரம்பித்தாள். அதில் பேசிப் பிரித்துக்கொண்டபடி காட்ஸ்கோ, அல்டி, கோல்ஸ் என்று சூப்பர் மார்கெட்டுகளுக்குச் சென்று பொருட்களை வாங்கி வந்தாள்.

கிளம்புவதற்கு இரண்டு நாட்களுக்கு முன்னர் ஒரு நாள் இரவில், "நாம கொக்கட்டூதான் போகணுமா? வேற எங்க யாவது போக முடியாதா?"

ஒளிரும் பச்சைக் கண்கள்

"ஏன் . . . கொக்கட்டூவுக்கு என்ன ?"

"முடியுமா . . . முடியாதா சொல்லு ?"

"நிச்சயமா முடியாது."

"இல்ல . . . கேன்சல் பண்ணா காசு போயிடுமா ?"

"ஏன் . . . மறுபடியும் மாலதிகூட ஏதாவது பிரச்சினையா ?"

"அய்யோ அதெல்லாம் இல்ல."

"அப்புறம் ?"

"சொன்னா சிரிக்கக்கூடாது."

" சரி . . . சிரிக்க மாட்டேன். சொல்லு."

"இல்ல. அது பழங்காலத்து ஜெயிலாம். நிறைய பேரை அங்க வச்சு தூக்குலகூட போட்டுருக்காங்களாம். அதுக்கும் முன்னாடி அங்க இருந்த அபாரிஜின்ஸை அடிச்சு விரட்டிருக் காங்க. அதனால இப்போக்கூட அந்தப் பகுதிகள்ல ஆவிகள் நடமாட்டம் இருக்குன்னு சொல்றாங்க."

கொடுத்த வாக்குறுதியை மீறி சத்தமாக சிரித்துவிட்டேன். முகத்தைக் கோணலாக்கித் திருப்பிக்கொண்டாள்.

"பைத்தியம் மாதிரி பேசாத. அதெல்லாம் நடந்து பல நூறு வருசங்களாச்சு. அதுக்குப் பிறகு லட்சக்கணக்கான பேரு அங்க வந்துட்டுப் போயிருப்பாங்க. அவங்களையெல்லாம் என்ன பே யா பிடிச்சு ஆட்டிகிட்டு இருக்கு. பக்கி !"

"அப்போ பேய் பிசாசெல்லாம் இல்லியா ? அங்க தங்கி யிருந்தப்போ அமானுஷ்யமா ஏதேதோ சத்தமெல்லாம் கேட்டிருக்குன்னு ஒரு அம்மா தன்னோட பிளாக்ல எழுதிருக் காங்க."

"இங்க பார். அந்த அம்மாவும் உன்ன மாதிரி பயந்தாங் கொள்ளியா இருந்திருப்பாங்க. சும்மா பக்கத்துல ஃபெர்ரி போற சத்தம்கூட அப்படி கேட்டிருக்கும். ரொம்பப் போட்டு ஒழட்டிக்காம கம்முன்னு போய்ப் படு. பேயும் கிடையாது. பிசாசும் கிடையாது."

"உனக்குச் சொன்னாப் புரியாது. கொக்கட்டூ ஐஸ்லாண்ட் சைட்ல போயிப் பாரு. அவங்களே கோஸ்ட் வாக்ன்னு ஒண்ணு கூட்டிட்டுப் போறாங்க. பேய் பிசாசு எதுவுமேயில்லன்னா அப்படி ஒண்ணு அவங்களே பண்ணுவாங்களா ?"

"ஹே லூசு. நீ இதையே இப்படி யோசிச்சுப் பாரு. உண்மையி லேயே அப்படி ஒண்ணு இருந்தா அவங்களே இப்படி ஒண்ணு

பண்ணத் துணிவாங்களா? உங்களோட பயம் அவங்களுக்கு வியாபாரம். அவ்வளோதான். செத்தவன்லாம் பேயா சுத்திட்டு இருந்தா இதோ உனக்கும் எனக்கும் நடுவுலயே நானூறு பேய் உட்கார்ந்திட்டு இருக்கும்."

சிரித்துவிட்டாள்.

அவளுக்குத் தேவையெல்லாம் என்னிடமிருந்து வரும் இப்படியான அழுத்தமான பதில் மட்டும்தான். என் தோளை இறுக்கிப்பிடித்துப் படுத்திருந்த வினுவை மெதுவாகப் பிரித்து விலக்கிப்போட்டு என் பக்கத்தில் வந்து படுத்துக்கொண்டாள்.

❍

அந்த நள்ளிரவில், போர்த்திய பனியும் ஆளற்ற வெளியும் சுற்றியிருந்த சலனமற்ற நீரும் கொண்டுவந்து சேர்த்தது அமைதியா? வெறுமையா?

உடல் சோர்ந்து களைத்திருந்தது. அதே நேரத்தில் மனம் விழித்து உந்தித் தள்ளிக்கொண்டிருந்தது. சாய்வு நாற்காலியில் முதுகைச் சாய்த்து கால்களை நீட்டிக்கொண்டேன். அந்த நேரத்து அலுப்புக்கு அது சற்று ஆசுவாசமாக இருந்தது. எங்களைப் போலவே மேலும் சில குடும்பங்கள், நண்பர்கள், தம்பதிகள் என்று பலரும் அந்தப் பகுதியில் கூடாரம் அமைத்துத் தங்கி யிருந்தார்கள். அந்த நேரத்தில் ஒருத்தர்கூட வெளியில் இல்லை. ஒட்டுமொத்த தீவில் நான் மட்டும் தனித்து இருப்பதாகத் தோன்றியது. அப்படியான கற்பனையே என்னைக் கிளர்த்தியது.

காம்ப் செல்வதற்குத் தேவையான பொருட்களைக் கட்டி காரில் ஏற்றி தயார் செய்துகொண்டிருந்தபோதுதான் அப்பா வாட்ஸப்பில் அழைத்திருந்தார். முந்திய நாள் புத்தாண்டு வாழ்த்துச் சொல்லிப் பேசிக்கொண்டிருந்தோம். இவ்வளவு நெருக்கத்தில் அடிக்கடி பேசுவது எங்களுக்குள் வழக்கமில்லை. நெடுங்காலமாக ஒரே அறையைப் பகிர்ந்துகொள்ளும் இரண்டு பேர்களுக்கிடையே இருக்கும் புரிதல் எங்களுடையது. ஒரு அழைப்புகூட அநாவசியமாக இருக்காது. புத்தாண்டைக் காட்டிலும் அன்று அதிக உற்சாகத்திலிருந்தார்.

அவர் எங்களுக்காக வாங்கியிருந்த இடத்துக்குப் பக்கத்தி லிருந்த அந்தப் பழைய மச்சு வீட்டையும் பேசி முடித்துவிட்டார். அதுவும் தாம் நினைத்த விலைக்கே படிந்ததில் அவருக்கு மகிழ்ச்சி. அம்மாவுக்கு அதில் பெரிய விருப்பமிருக்கவில்லை. அவள் அப்பாவைக் கல்யாணம் முடித்து அங்கு வந்துசேர்ந்த நாளிலிருந்து அவ்வீட்டின் படிப்படியான வீழ்ச்சியை மட்டுமே பார்த்தவள். அதனால், அவள் அப்படி யோசிக்கவில்லை என்றால்தான்

ஆச்சரியம். முதலில், மச்சுவீட்டுக்குப் பக்கத்து இடத்தைப் பத்திரம் முடிக்கும் அந்த நாள்வரை நானும்கூட உற்சாகமாகவே இருந்தேன்.

நெடுநாட்களாக அப்பாவுக்கு அந்தப் பக்கத்து மச்சு வீட்டின் மீது ஒரு கண். நாங்கள் வாங்கியிருந்த முதல் இடமும் ஒரு காலத்தில் அந்தப் பக்கத்துவீட்டுக்காரர்களுடையதாவே இருந்திருக்கிறது. அதை விற்பதன் பொருட்டு வீட்டின் ஒரு பகுதியாகத் தோட்டமிருந்த இடத்தை காம்பவுண்டு சுவர் எழுப்பி தனியாகப் பிரித்திருக்கிறார்கள். இப்போதுகூட அந்தத் தென்னைகளும் மாமரமும் அப்படியேதான் உள்ளன. அப்பா சிறுவயதாக இருந்தபோது அந்தப் பகுதியில் எழுப்பப்பட்ட முதல் மாடி வீடு அது. இப்போது பல மாடி வீடுகள் அந்தப் பகுதியில் வந்துவிட்டபோதும் 'மச்சு வீடு' என்றால் அந்த வீடு தான். நாங்கள் முதலில் வாங்கிய இடம் மச்சு வீட்டின் தோட்ட மாக இருந்திருக்கிறது. வியாபாரத்தில் நஷ்டம், பொறுப்பில்லாத பிள்ளைகள், கூடாச் சேர்க்கை, எதிர்பாராத இறப்புகள் என்று ஒரு வாழ்ந்து கெட்ட குடும்பத்துக்கு இருக்கக்கூடிய சர்வ லட்சணங்களும் அவ்வீட்டுக்கு அமைந்துவிட்டது. அவ்வீட்டின் மூத்தவர் முன்பொரு காலத்தில் எங்களூரின் நகர்மன்றத் துணைத்தலைவராக இருந்தவர்.

அந்த மாடி வீட்டை இடித்து மட்டமாக்கி, எங்கள் இடத்தை யும் சேர்த்து வீடாகக் கட்டினால் முன்புறம் கார் பார்க்கிங் வைத்து பின்புறம் சிறு தோட்டமொன்று போடவும் தாராளமாக இடம் இருக்கும் என்பது அப்பாவின் திட்டம். இது போன்ற கணக்குகள் அவருக்கு அத்துப்படி. நிலம் சார்ந்து அவரிடத்தில் கூர்ந்த அவதானிப்பு இருந்தது. சொந்தக்காரர்கள், நண்பர்கள் என்று எல்லோரும் இடம், வீடு வாங்க வேண்டுமென்றாலோ விற்க வேண்டுமென்றாலோ முதலில் அப்பாவிடமே வந்து ஆலோசனைக்கு நிற்பார்கள்.

அப்பாவுடைய தாய்மாமா பையன் பாலு மாமா. அப்பாவை விட நான்கைந்து வயது இளையவர். அவருக்கு அப்பாவிடத்தில் நிறைய மரியாதை. ஊருக்கு வெளியே அவரிடம் இருந்த கொஞ்ச இடத்தை மூத்த மகளின் திருமணத்தின் பொருட்டு விற்பதற்காக ஆலோசனை கேட்டு வந்திருந்தார். அந்த இடத்துக்குப் பக்கத்தில் விரைவில் புதிய பேருந்து நிலையம் ஒன்று வரப் போகிறது. எனவே, இப்போதைக்கு அதை விற்க வேண்டாம். ஏதாவது கடனை வாங்கிச் சமாளியுங்கள் என்று அப்பா ஆலோசனை கூறினார். வீட்டிலிருந்த வரை சரி சரி யென்று தலையாட்டியவர் அடுத்த மூன்று வாரத்தில் அதை விற்றுவிட்டார். அன்று, வெறும் நான்கு லட்சத்துக்கு விற்கப்பட்ட

அந்த இடத்தின் இன்றைய மதிப்பு கிட்டத்தட்ட கோடியைத் தொடும். அதன் பிறகு எந்த விசேஷ வீடுகளில் அப்பாவைப் பார்த்தாலும், "மச்சான் அப்பவே படிச்சு படிச்சு சொன்னாப்ல. நாந்தான் மடத்தனம் பண்ணிட்டேன்" என்று புலம்புவார். அப்பாவோ, "வித்தே ஆகப் போறேன்னு சொல்லிருந்தா நானாவது வாங்கியிருப்பேன். மடையன்!" என்று ஆதங்கப்படுவார்.

அப்பாவுக்குப் பூர்வீகமாகத் தாத்தா வழியே இரண்டு வீடுகள் சொந்தமாக வந்தன. தன் தங்கைகளுக்கு அப்பத்தாவின் நகைகளை மட்டும் பிரித்துக்கொடுத்துவிட்டு வீடுகளைத் தான் சொந்தமாக்கிக்கொண்டார். அதுவே அங்கு ஊர் வழக்கமும்கூட. இவை போக, தன்னுடைய வாத்தியார் சம்பாத்தியத்தில் இரண்டு அடுக்குமாடிக் குடியிருப்புகளையும் ஊருக்கு வெளியே சில இடங்களையும் வாங்கிப் போட்டிருந்தார். அவருக்கு நிலத்தின் மீது தீராத பற்று இருந்தது. அதே நேரத்தில் நிலம் சம்பந்தமான பரிவர்த்தனைகள் பற்றிய நுணுக்கமும் தெரிந்திருந்தது. ஓர் இடம் எவ்வளவு பிடித்திருந்தாலும் அதை முகத்தில் காட்டிக்கொள்ள மாட்டார். முடிந்தால் பார்க்கலாம் என்பதான பாவனையையே எப்போதும் வெளிப்படுத்துவார். சரியான நேரம் கனிவதற்காக மாதக் கணக்கில் ஏன் வருடக் கணக்கில்கூட காத்திருப்பார். இந்தப் பக்கத்து வீட்டுக்காகவும் அப்படித்தான் காத்திருந்தார். முதல் இடத்தைப் பத்திரம் முடிக்கும்போதே அவ்வீட்டையும் மனதில் இருத்திக் கொண்டார். தான் வாங்க விழையும் இடத்துக்காரரின் அசைவு களை தொடர்ந்து நோட்டமிட்டபடி இருப்பார். அவருக்குப் பண நெருக்கடி காலமொன்று வரும்போது மூன்றாவது மனிதர் ஒருவர் மூலமாக ஆலோசனை சொல்லித் தூதுவிடுவார். தேவை யென்று தெரிந்து வலியச் சென்று உதவியளிப்பார். விரட்டிச் செல்லாமல், அதே நேரத்தில் சரியான நேரத்தில் தகுந்தவாறு காய்களை நகர்த்துவதில் புத்திசாலி. ஆனால், இப்போது வந்த இடம் என்றில்லை எத்தனை பெரிய இடமும் அவருக்குப் போதுமாக இருக்காது. இதை முடித்துவிட்டு அடுத்ததைப் பார்க்கப் போய்விடுவார்.

நான் சம்பாதிக்க ஆரம்பித்ததும் என்னுடைய பணத்தை எடுத்துப் போட்டு சீட்டு சேர்த்து அந்த முதல் இடத்தை வாங்கினார். ஊருக்கு நடுவே என்பதால் சில சென்ட்டுகளுக்கே பல லட்சங்களைக் கொடுக்க வேண்டியிருந்தது. "மண்ணுல போடுறதும் பொன்னுல போடுறதும் ஒண்ணுதான். ரொம்ப யோசிக்காதே!" என்றார். தன் கையில் இருந்த பணம் கொஞ்சத்தை யும் அதுவரை நான் சேர்த்து வைத்திருந்த மியூட்சுவல் பண்டு களை விற்றுக் கிடைத்த பணத்தையும் சேர்த்து அந்த முதல்

இடத்தை என் பெயரில் வாங்கினார். அது வாங்கி முடிக்கவும் எனக்கு ஆஸ்திரேலியா செல்ல வாய்ப்பு வரவும் சரியாக இருந்தது. அது, அந்த நிலம் சேர்ப்பித்த அதிர்ஷ்டம் என்றார். இதோ, இப்போது பக்கத்து வீட்டையும் வாங்கிவிட்டார். அவர் சொன்ன அதிர்ஷ்டம் உண்மையாகக்கூட இருக்கலாம். இதோ இந்த மாத இறுதியில் வரும் ஆஸ்திரேலிய தினத்தன்று நிரந்தரக் குடிமகனாக மாறிக்கொள்ள அழைப்பு வந்திருக்கிறது.

அன்று, முதல் இடத்தைப் பத்திரம் எழுதி முடித்த அந்த நாளில் பத்திரத்தை என் கையில் கொடுத்துவிட்டு அப்பா உற்சாகமாய் கைகளை ஆட்டியபடி ரிஜிஸ்தாரருடன் ஏதோ பேசிக்கொண்டிருந்தார். மீராவுக்கும் சொத்து என்று ஒன்று சேர்ந்துகொண்டதில் மகிழ்ச்சி. முகம் முழுக்க சிரிப்பாய் இருந்தாள். அப்போது, அங்கிருந்த அத்தனை பேரும் கவனிக்கத் தவறிய கண்கள் இரண்டு இருந்தன. அவற்றை நான் பார்த்தேன்.

○

காம்ப்க்குத் தேவையான பொருட்களை எடுத்துப் போட்டுக் கொண்டு ஆஷ் ஃபீல்டில் இருக்கும் ஈஸ்வரின் வீட்டுக்கு வந்தோம். அங்கிருந்து மெட்ரோ பிடித்துச் செல்வதாகத் திட்டம். இல்லையென்றால் சர்குலர் க்யுவே பகுதியில் கார்களை நிறுத்து வதற்கு இடம் கிடைப்பது சிரமம். அப்படியே கிடைத்தாலும் சிட்டிக்குள் இரண்டு நாட்கள் பார்க்கிங் செய்ய ஆகும் தொகை காருக்கான ஒரு மாத தவணைக்கு இணையாக இருக்கும்.

நாங்களும் ஈஸ்வரின் குடும்பமும் வேண்டிய பொருட் களை எடுத்துக்கொண்டு ஆஸ்ஃபீல்ட் மெட்ரோவில் ஏறிக் கொண்டோம். பிரதீபனும் காயத்திரியும் நேரே சர்குலர் க்வேக்கு வந்துவிடுவதாகச் சொல்லியிருந்தார்கள்.

நாங்கள் அத்தனைபேரும் அலுவலகத்தின் பொருட்டும் இன்ன பிற காரணங்களுக்காகவும் அடிக்கடி சந்தித்துக் கொள்பவர்கள்தாம். இருந்தாலும் இதுபோன்ற விடுமுறை தினங்களின்போதும் சுற்றுலாக்களிலும் சந்திக்கும்போது ஒவ்வொருவரும் புதியவர்களாகிவிடுகிறார்கள். அதுவரை மற்றவர்களுக்குக் காட்டாத தன் அகத்தின் ஜன்னல் ஒன்றை அப்போது சற்று அகலமாய்த் திறந்து வைத்துக்கொள்கிறார்கள். அது கொண்டுவந்து அங்கு நிரப்பும் வெளிச்சம் அவ்விடத்தை யும் அக்கணத்தையும் அற்புதமாக்கிவிடுகிறது. இத்தனையும் உற்றுநோக்கி அறியும் என்னால் அப்படி எளிதாகத் திறந்து கொள்ள இயலவில்லை. எடையற்றுப் போவது என்பது என்னளவில் இயலாத காரியம். சுற்றி ஆயிரம் பேர்கள் இருக்கும் இடத்திலும் நான் தனியனாக இருப்பேன். உள்ளே

எப்போதும் விழித்துக்கொண்டிருக்கும் ஒரு மனத்துண்டு என்னை மற்றவர்களோடு இயல்பாக இருக்கவிடாது. எல்லாம் சரியாகப் போய்க்கொண்டிருக்கும்போதே என் ஆழ்மனம் நடக்கக்கூடும் அசம்பாவிதம் ஒன்றை எதிர்பார்த்துக் காத்திருக்கும். அப்படி நினைப்பதுபோலே நடந்தும் விடுவது எனது துரதிர்ஷ்டம். நேற்றும் அப்படித்தான் ஆனது.

மீராவும் ஈஸ்வரின் குடும்பமும் காம்ப் போடுவது பற்றிய செயல் விளக்கப் படங்களைப் பார்த்துக்கொண்டும், புதிதாக வாங்கிய ப்ளூ டூத் ஸ்பீக்கரில் ஒலிக்கவிட வேண்டிய பாடல் களைத் தேர்வு செய்துகொண்டும் வந்தனர். நான் மெட்ரோவின் கண்ணாடி ஜன்னல் வழியே நகரும் வீடுகளை, மரங்களை, சாலைகளை வேடிக்கை பார்த்துக்கொண்டு வந்தேன். ஜன்னலோர இருக்கை இங்கே புதியதோர் உலகத்தைத் திறந்துகாட்டும். அதுவும் கட்டூம்பா வரை செல்லும் மெட்ரோ பயணத்தை மறக்கவே முடியாது. பாதி வரை கடல், பின்னர் ஒரு பக்கம் அடர் காடு மறுபக்கம் தொடர் மலை. ஆஸ்திரேலியாவின் மிகப்பெரும் நிலப்பரப்பு ஆட்களற்ற வறண்ட பாலைவனம்தான். இதன் ஒட்டுமொத்த வளர்ச்சி கடலோரப் பகுதிகளிலேயே நிலைத்திருந்தது. இதன் முக்கிய நகரங்கள் அத்தனையும் கடலுக்குப் பக்கத்தில் அமைந்தவையே.

தறிகெட்டுப் பின்னிப் படர்ந்த என் எண்ண இழைகளைச் சட்டென்று அறுத்தபடி வந்தது அந்தக் கூச்சல். அந்த கம்பார்ட்மண்ட்டில் இருந்த பலரும் எழுந்தும் இருந்த இடத்தி லிருந்து எக்கியும் சத்தம் வந்த திசையை நோக்கிப் பார்த்தனர். நாங்கள் இருந்த இடத்துக்குப் பின்னாலிருந்தே அச்சத்தம் வந்தது.

பனை மர உயரத்தில் ஊதிப் பெருத்து, வெளுத்த வயிற்றுச் சதை பிதுங்கி வழிந்துகொண்டிருந்த ஆணொருவன் எதிரே அமர்ந்திருந்த சீனத்துப் பெரியவர் ஒருவரைப் பார்த்துக் கத்திக் கொண்டிருந்தான்.

அத்தனையும் அபசுர கெட்ட வார்த்தைகள்.

அவனுடைய ராட்ஷச உருவத்துக்கு முன் அந்தச் சீனப் பெரியவர் கூனிக் குறுகி அமர்ந்திருந்தார். அடுத்து வரும் நிறுத்தத்தில் அவன் இறங்க வேண்டியிருக்கும் போல. அவன் தடித்த உருவம் வெளியேறுகையில் அந்தப் பெரியவர் கையில் வைத்திருந்த குளிர்பானத்தைத் தட்டிவிட்டிருக்கிறது. அது அவன்மேல் சிந்தி கால் சட்டையைச் சற்று நனைத்துவிட்டது. அதற்குத்தான் அவன் அவரை அப்படித் திட்டியிருக்கிறான்.

அவனுடைய கோபம் அந்த நேரத்துக்கானதாக மட்டும் தெரியவில்லை. "உங்கள் நாட்டிலேயே கிடந்து சாக வேண்டியது

ஒளிரும் பச்சைக் கண்கள்

தானே. ஏன் இங்கே வந்து எங்கள் அமைதியைக் கெடுக்கிறீர்கள் ஆசியப் பன்னிகளே" என்று திட்டினான். அந்த இடம் முழுவதும் நிசப்தம். பதற்றம். யாரும் ஒரு வார்த்தை பேசவில்லை. தங்களுக்குள் முணுமுணுத்துக்கொண்டார்கள். ஒரு பெண் மட்டும் போனில் அவசர உதவி எண்ணை அழைத்ததுபோல் தெரிந்தது.

அவன் இறங்க வேண்டிய நிறுத்தம் வரும்வரை அவன் திட்டுவதை நிறுத்தவேயில்லை. அவர் தலையைக் குனிந்தபடி செய்வதறியாது அமர்ந்திருந்தார்.

அடுத்த நிறுத்தம் வந்தது. அவன் இறங்கிப் போனதும் அந்தப் பக்கமிருந்த ஆஸ்திரேலியப் பெண் ஒருவர் அந்தப் பெரியவர் குடிக்காமல் வைத்திருந்த குளிர்பானத்தை எடுத்து அவர் கையில் கொடுத்தார். "அவன் சார்பாக நான் மன்னிப்பு கேட்டுக்கொள்கிறேன். நீங்கள் இதைக் குடியுங்கள்," என்றார். இதை அவர் ஆதரவான மிக மெல்லிய குரலில் அவரிடம் கூறினார். ஆனால், எனக்குக் கேட்டது. இறங்கிப் போனவன் எழுப்பிய கத்தலும் கூச்சலும் கலைத்துப்போட்ட அவ்விடத் தின் அமைதியை அந்த மெல்லிய குரல் மீட்டுவந்து சேர்த்தது.

அப்பெண் நீட்டிய குளிர்பானத்தை வாங்கிக்கொண்ட அந்தப் பெரியவரின் கைகள் நடுங்கிக்கொண்டிருந்தன. அப்போது இடுங்கிய அச்சிறு கண்களில் ஒளிர்ந்த நீர்மையைப் பார்த்தேன்.

அந்தப் பெரியவரும் எங்களுடன் சர்க்குலர் க்வேயில் இறங்கிக்கொண்டார். பொருட்களை வாங்கி நிரப்ப உதவும் சக்கரம் வைத்த துணியாலான தள்ளுவண்டி ஒன்றை உருட்டிய படி மெதுவாக நடந்துகொண்டிருந்தார். கிட்டத்தட்ட மொத்த மெட்ரோவும் அங்கே காலியாகிவிட்டது. வினுக்குட்டியை இறுக்கிப் பிடித்தபடி என் பார்வையில் அவரைத் தொடர்ந்தபடி இருந்தேன். கவனம் சிதறிய ஒரு கணத்தில் அவர் கூட்டத்தில் கலந்து காணாமல் போய்விட்டார்.

○

எவ்வளவு நேரம் இப்படி வானத்தை வெறித்தபடி உட்கார்ந் திருந்தேன் என்று தெரியவில்லை. சுற்றிலுமெங்கும் சிறு சலன மில்லை. அப்போதுதான் அந்த இசை கேட்டது. தூரத்தில் எங்கோ ஒலித்துக்கொண்டிருந்தாற்போல் தெரிந்தது. முந்தைய நாள் மதியம் கேட்ட அதே இசை. அந்த அதிர்வைக்கூட என்னால் உணர முடிந்தது. மிகவும் மெலிதாகத்தான் ஒலித்தது. ஆனால் அதே இசைதான். இப்போதுதான் ஒலிக்க ஆரம்பித்திருக்க வேண்டும். உட்கார்ந்திருந்த இடத்திலிருந்து மெதுவாக

எழுந்தேன். அவ்விசை வந்த திசை நோக்கி மெல்ல நடக்க ஆரம்பித்தேன். குளிர்ந்த காற்று காதுக்குள் நுழைந்ததில் உடல் கூசிச் சிலிர்த்தது. ஸ்வெட் சர்ட்டினை தலையின் மேல் இழுத்து விட்டுக்கொண்டேன். நூறு அடிகளுக்கு ஒன்றென விளக்குகள் ஒளிர்ந்துகொண்டிருந்தன.

நேற்று மதியம் நாங்கள் மெட்ரோவில் வந்துசேரும் முன்னரே பிரதீபன் குடும்பத்துடன் எங்களுக்காகக் காத்திருந்தார். என்னைவிட மூன்று வயது பெரியவர். ஒப்பந்தத்தில் நான் வேலைபார்க்கும் நிறுவனத்தில் நிரந்தரப் பணியில் இருப்பவர். சொந்த ஊர் யாழ்ப்பாணம். இங்கே வந்து பத்தாண்டுகளுக்கும் மேலாகிவிட்டது. வீட்டுக்கு அழைப்பார். விருந்தளிப்பார். எனக்குச் சொதி, வினுவுக்கு வட்டிலப்பம் என்று ஒவ்வொருவருக்கும் என்ன பிடிக்கும் என்று பார்த்துப் பார்த்துச் செய்துவைப்பார். எல்லாவற்றையும் பகிர்ந்துகொள்வார் தன் சொந்த ஊரின் நடப்புகளையும் போக்குகளையும் அரசியலையும் தவிர.

பின்பு, நாங்கள் அவர்களோடு இணைந்து காயத்திரி வருவதற்காகக் காத்துக்கொண்டிருந்தோம். வினுவும் கயலும் அங்கே கால்களுக்கு இடையே சுற்றிக்கொண்டிருந்த சீகல் களுடன் விளையாட ஆரம்பித்துவிட்டார்கள். வினுவுக்கும் கயலுக்கும் காக்கைகளைத் தெரியாது. சீகல்கள் என்றால் கொண்டாட்டம். சிட்னியின் சர்குலர் க்வே பகுதியில் திரியும் சீகல்களுக்கு நம்மூர் வெண்புறாக்களை ஒத்த தோற்றம். காக்கை களையொத்த குணம். அதன் கண்களும் பாவமும் முதுகிழவிகளை நினைவுபடுத்தும். இதுவே நூற்றாண்டுகளுக்கு முன்னர் கப்பலேறி காலடி வைத்தவன் இங்கே பார்த்த முதல் பறவையாய் இருக்கக் கூடும்.

முன்பொரு முறை இந்தப் பகுதியிலிருக்கும் டைம் ஸ்கொயர் காஃபேயில் மாலை நேரச் சிற்றுண்டி அருந்திக்கொண் டிருந்தபோது வினுக்குட்டி தன்னுடைய பர்கரின் சில துண்டு களை அங்கே திரிந்துகொண்டிருந்த சீகல் ஒன்றுக்கு இட, சற்று நேரத்தில் அவ்விடம் முழுவதும் சீகல்களால் நிறைந்துவிட்டன. காஃபேயின் ஊழியர்கள் வந்து “இனி, இப்படி உணவிட வேண்டாம். அவற்றால் இங்கே பெரிய தொந்தரவு,” என்று வேண்டிக்கொண்டார்கள். சற்று நேரத்தில் பேட்ரோல் நாய்கள் இரண்டு வந்து அங்கிருந்த சீகல்களை குரைத்தும் ஓடித் துரத்தி யும் விரட்டின.

அப்போது நான் வினுவுக்காக மன்னிப்பு கேட்டபோது அங்கிருந்த சிப்பந்தி சொன்னான், “பரவாயில்லை. நீங்கள் போடா விட்டாலும் அவை பிடுங்கித் தின்னக்கூடத் தயங்குவதில்லை. திருட்டுப் பறவைகள்!” என்று திட்டினான்.

காயத்திரி பேருந்தில் வந்துகொண்டிருப்பதால் சற்று தாமத மாகும் என்று தகவல் அனுப்பியிருந்தாள்.

மற்றவர்களை அங்கே இருந்த பெஞ்சுகளில் அமர்த்திவிட்டு நானும் பிரதீபனும் அனைவருக்கும் காப்பி எடுத்துவரக் கிளம்பி னோம்.

பக்கத்திலிருந்த கடையில், எல்லோரும் கொடுத்த லிஸ்டுக்கு ஏற்றாற்படி காப்பிகளைச் சொல்லிவிட்டுக் காத்துக் கொண்டிருந்தோம். அப்போதுதான் அந்த விநோத இசை எழுந்து வந்து அவ்விடத்தை நிறைத்தது. பக்கத்தில் கூட்டமாக இருந்த இடத்திலிருந்து அவ்விலசை வந்தது. பிரதீபனும் நானும் மெதுவாக அக்கூட்டத்தை நோக்கிச் சென்றோம்.

அக்கூட்டத்தின் நடுவே அடர்ந்த கறுப்பு வெள்ளை தாடியும் சுருள் சுருளாகத் திரண்ட முடிக்கொத்துகளும் கொண்ட ஆஸ்திரேலியப் பழங்குடிப் பெரியவர் ஒருவர், மண்டியிட்டு அமர்ந்து மிக நீண்ட மூங்கில் போல் இருந்த இசைக் கருவி வழியாக அந்த இசையை எழுப்பிக்கொண்டிருந்தார். இந்தக் கருவியை இதற்கு முன்பு கட்டூம்பா அருங்காட்சியகத்தில் பார்த்திருக்கிறேன். பெயர் உள்ளே இருந்தது. நினைவுக்கு வரவில்லை. ஆனால் இக்கருவிபற்றி அங்கிருந்தவர் விளக்கிக் கூறியது மட்டும் நன்றாக நினைவிலிருந்தது. இது ஆண்கள் மட்டுமே வாசிக்கும் கருவி. பெண்கள் இதை வாசித்தால் மலடாகி விடுவார்கள் என்ற நம்பிக்கை அவர்களிடத்தே இருந்திருக்கிறது. அப்பெரியவருக்குப் பக்கத்தில் நடுவயதென்று மதிக்கத்தக்க இருவர் பெரிய கோடங்கி போன்றிருந்த கருவியை ஆளுக்கொன்றாய் வைத்துக்கொண்டு குத்தவைத்து அமர்ந்திருந் தார்கள். அவர்களுக்கு முன்னால் பல வண்ணப் புள்ளிகளும், நெளிவுகளும் கொண்ட ஓவியங்களையும், வண்ண வண்ணப் பூச்சுகள் கொண்ட பூமராங்குகளையும் பார்வைக்கு அடுக்கி வைத்திருந்தனர். அவர்களுடைய முகத்திலும் கைகளிலும் சட்டை அணியாத மார்பிலும் வெள்ளையாக வெள்ளையாக பெயிண்ட்டால் வரையப்பட்ட தீற்றுகள்.

“இவங்களைப் பார்த்தா நம்ம ஊரு வயசாளிக மாதிரியே இருக்குல்ல” என்றேன். பிரதீபன் ஆமாம் என்பது போல மெதுவாக தலையாட்டினார்.

அப்பெரியவர் தன் அடிவயிற்றிலிருந்து காற்றை எழுப்பி, கன்னத்தில் உப்பி இருத்தி அக்கருவியை ஊதிக்கொண்டிருந்தார். அவருடலின் மொத்த மூச்சுக்காற்றும் அக்கருவி வழியே வழிந்து கொண்டிருந்தது. ஒரே சமயத்தில் தரையிலிருந்து ஆயிரம் வண்டுகள் எழுந்து வந்து முரலுவதைப்போல அதிலிருந்து

ஓசை வந்துகொண்டிருந்தது. மெதுவாக ஆரம்பித்து கொஞ்சம் கொஞ்சமாக அதன் சத்தம் உயர உயர பக்கத்திலிருந்த இருவரும் தத்தமது வாத்தியத்தை அதற்கேற்றாற்போல் மெதுவாக ஆரம்பித்து சத்தமாகவும் வேகமாகவும் ஒலிக்க ஆரம்பித்தனர். அப்போது அங்கே வெளிப்பட்டதை வெறும் இசையாக மட்டும் பார்க்க இயலவில்லை. உண்மையில், அது ஒரு மாபெரும் மன்றாடல். இயலாமையின் பொருட்டு வெளிப்பட்ட இறைஞ்சல். நூற்றாண்டு கால துயரின் ஓசை. வேரிலிருந்து பிடுங்கப்பட்ட வேதனையின் குரல். மற்றவர்களுக்கு எப்படி என்று தெரியவில்லை. எனக்கு அப்படித்தான் கேட்டது.

அங்கே சுற்றுலா வந்திருந்த பெண் ஒருத்தி தன்னுடைய கையிலிருந்த கேமராவில் ஆரம்பத்திலிருந்து அதைப் பதிவு செய்துகொண்டிருந்தாள். இசை உச்சத்தை நெருங்கிய கணத்தில் அவ்விடம் மொத்தமும் அமைதியில் ஆழ்ந்திருந்தது. அவர்கள் வாசித்து முடித்ததும் அத்தனை பேரும் ஒரு நிமிடம் நின்று கைதட்டி வாழ்த்தினார்கள். முன்னால் விரித்துவைக்கப்பட்டிருந்த துணியில் சில்லறைகளைப் போட்டுவிட்டு அங்கிருந்து நகர்ந்தனர். பிரதீபன் இரண்டு டாலரைப் போட்டுவிட்டு, கிளம்பலாம் என்று சைகை செய்தார். அம்மூத்தவர் வாயில் வைத்து ஊதிக்கொண்டிருந்த கருவியை எடுத்து தன் மடியில் வைத்துக்கொண்டார். ஆனால், அவர் தன்னுடைய மண்டியிட்ட நிலையிலிருந்து மாறவில்லை. என்னால் அங்கிருந்து நகர முடியவில்லை. அவரின் நிலைத்த கண்கள் சூன்யத்தில் வெறித்துக் கொண்டிருந்ததைப் பார்த்தபடி நின்றுகொண்டிருந்தேன். பிரதீபன் என் இடது உள்ளங்கையை அழுத்தமாகப் பற்றினார். “வெளிக்கிடலாம்...வெளிக்கிடலாம்” என்றார். அவரது உள்ளங்கை வியர்வையில் நனைந்திருந்தது. அவரை ஏறிட்டுப் பார்த்தேன். அவரது முகம் வெளிறிப் போயிருந்தது. ஒரே ஒரு நொடிதான் அவர் கண்களைப் பார்த்தேன். என்னிலிருந்து பார்வையை விலக்கிக் கொண்டு அவ்விடத்திலிருந்து வேகமாக நடக்க ஆரம்பித்தார்.

இப்போது இந்த நேரத்தில் அந்த இசை எப்படி வரும்? அதுவும் நடந்து செல்லச் செல்ல இன்னும் தெளிவாகக் கேட்க ஆரம்பித்தது. மறுபடியும் அதே ஆயிரம வண்டுகள். என்னுடல் ஒருமுறை சிலிர்த்துக்கொண்டது. சட்டென்று ஒரு நொடியில் அக்கருவியின் பெயர் நினைவுக்கு வந்தது. டிட்ஜெரிடூ. இப்போது அந்தச் சத்தம் எங்கிருந்து வருகிறது? சர்குலர் க்வே பகுதியில் இந்த நேரத்தில் இதை வாசிப்பதற்கு வாய்ப்பே இல்லை. ஒருவேளை அப்படியே யாரேனும் வாசித்தாலும் அது இங்கே வரை கேட்பதற்கு எவ்வித பௌதிகச் சாத்தியங்களும் இல்லை. அப்படி யென்றால் அவ்விசை இத்தீவின் ஒரு மூலையிலிருந்துதான்

வந்திருக்க வேண்டும். இசை வந்த திசை நோக்கி நடந்துகொண் டிருந்தேன். யாருமற்ற ஒரு புது இடத்தில், உலக ஓசைகளெல்லாம் ஒடுங்கியிருக்கும் இவ்வேளையில் ஒலித்த அந்த இசை என் உடலின் ஒவ்வொரு அணுவையும் துளைத்து வெளியேறியது. ஓரிடத்துக்கு மேல் பாதையோ விளக்குகளோகூட இல்லை. என் கால்கள் தன்னிச்சையாகப் பழக்கப்பட்ட பாதையொன்றில் செல்வதைப்போல் போய்க்கொண்டிருந்தன. அவ்விசை என்னைப் பாழடைந்து போயிருந்த ஜெயில் கூடத்துக்கு அருகில் கூட்டி வந்திருந்தது. நான் அங்கே வந்ததும் அவ்விசை முற்றிலுமாய் நின்று போய்விட்டது. காதுகளை எத்தனை கூர்தீட்டிப் பார்த்தும் கேட்பதாக இல்லை. அதுவரை நான் கேட்டது உண்மைதானா என்று ஒரு நிமிடம் குழம்பிப் போனேன். அவ்விடமே நிழலில் கட்டி எழுப்பியதைப் போல இருந்தது. மெலிதாக வீசிய காற்றில் பரவிய குளிரில் உள்ளங்கைகளும் மூக்கு நுனியும் விறைத்தன. உள்ளங்கைகளை ஒன்றோடு ஒன்றாகச் சேர்த்து உரக்கத் தேய்த்துச் சூடுபடுத்தினேன். வாய்ப் பக்கத்தில் கொண்டு வந்து உள்ளங் கைகளுக்குள் திரும்பத் திரும்பக் காற்றை ஊதினேன்.

எவ்வளவு நேரம் இப்படியே கடந்துபோனது என்று எனக்குத் தெரியவில்லை. ஒரு நிமிடம் நான் யார் ஏன் இந்த நள்ளிரவில் இங்கே நின்றுகொண்டிருக்கிறேன் என்று குழம்பிப்போனேன். நினைவுகளைத் தூண்டி பிரக்ஞையை மீட்டெடுத்தேன். எதையும் தெளிவாகக் காணவோ கேட்கவோ முடியவில்லை. இதற்குமேல் என்னால் அவ்விடத்தில் ஒரு கணம்கூட இருக்க முடியும் என்று தோன்றவில்லை.

கூடாரத்துக்குச் செல்ல, வந்த வழியில் திரும்பி நடக்க ஆரம்பித்தேன். அப்போது என் பின்பக்கமிருந்து சரசரப்பு ஓசை கேட்கவே திரும்பிப் பார்த்தேன். தூரத்தில் மெல்லிய நிழலுருவம் ஒன்று தெரிந்தது. எத்தனை உற்றுப் பார்த்தும் என்னால் அந்த உருவத்தை அடையாளம் காண இயலவில்லை. ஆனால், அந்த இருளிலும் ஒளிர்ந்த அக்கண்களை மட்டும் நான் அறிவேன்.

○

சக்கரம்

வீட்டிலிருந்து வேலை பார்ப்பதில் எவ்வளவுக்கெவ்வளவு சவுகரியங்கள் உண்டோ அதற்கு இணையாக அசவுகரியங்களும் உண்டு. வாரம் ஐந்து நாட்கள். நாளுக்குப் பத்து மணி நேரங்கள் என வகைதொகையின்றி நாட்கள் நகர்ந்துகொண்டிருந்தன. பெருந்தொற்றுக்காலம் கொண்டுவந்து சேர்த்திருக்கும் நிலையின்மையின் முழுப்பலனையும் மிகத் தந்திரமாக அறுவடை செய்துகொண்டிருக்கிறார்கள்.

வியாழன் மாலையையே என் சனிக்கிழமை காலைப் பொழுதை நிறைத்துவிட்டார்கள். இது போன்ற சமயங்களில் அவர்கள் கையாளும் உத்திகளை அவ்வளவு எளிதில் யூகித்துவிட முடியாது.

வியாழன் மாலை தினேஷ் போனில் அழைத்திருந்தார். வழக்கமான விசாரிப்புகளுக்குப் பின்,

“வினோ நீங்க முன்னே ஒருமுறை சிக்மக்களூர் போயிருக் கீங்க இல்ல?” என்றார்.

“ஆமா டி.கே. போன வருசம்தான் போயிருந்தோம். என்ன நீங்க ஏதாவது பிளான் பண்றீங்களா?”

“ஆமாப்பா . . . நமக்கும் இப்பிடி வீட்டுக்குள்ளயே அடைஞ்சுருக்கிறது ஒரு மாதிரி இருக்குல. அதான் இயர் எண்ட்ல அந்தப் பக்கம் போயிட்டு வரலாமான்னு ஒரு யோசனை. இப்போதான் மறுபடியும் எல்லா இடத்துக்கும் மக்கள் போக வர ஆரம்பிச்சுட்டாங்க இல்ல.”

“ஓ . . . யெஸ் . . . அதனாலதானே நமக்கே அடுத்த வாரத்துல இருந்து வாரத்துக்கு ஒரு நாள் ஆபிஸ் வரச் சொல்றாங்க இல்லியா?”

“கரெக்ட் . . . நீங்க வீக் எண்ட் என்ன பிளான்?”

“எனக்கு ஒண்ணும் இல்ல டி.கே. சும்மா அப்படியே வீட்லதான்.”

“ஓ . . . ரைட். நல்லது நீங்களாவது பிளான் இல்லாம இருக்கீங்க. அப்போ இந்த வாரம் வீக் எண்ட் டிரைவ் ஒண்ணு இருக்கு. கொஞ்சம் சப்போர்ட் பண்ணுங்க. எல்லாம் ஆஃப் கேம்பஸ். ஃப்ரெஷர்ஸ். உங்கள மாதிரி ஒருத்தர் பார்த்து எடுத்தாதான் சரியா வரும். கேப் போட்டுக்கோங்க. வீக் எண்ட் அலவன்ஸ் அப்ளை பண்ணிடுங்க. முடிச்சுட்டு எனக்கு ஒரு கால் மட்டும் பண்ணிடுங்க.”

❍

சனிக்கிழமை வேண்டா வெறுப்பாகத்தான் அலுவலகத்துக்குக் கிளம்பினேன். இத்தொற்றுக் காலத்தில் இடையில் ஒருமுறை லேப்டாப் பிரச்சினை செய்து அதை மாற்றி வாங்க வந்திருந் தேன். அது நடந்தே இரண்டு மாதங்கள் ஆகிவிட்டன. அலுவலகம் மெதுவாக உயிர்பெற்றுக்கொண்டிருப்பதற்கான சமிக்ஞைகள் தெரிய ஆரம்பித்திருந்தன. கடந்த முறை பராமரிப்பின்றி விடப்பட்டிருந்த புற்தரை இந்த முறை ஒழுங்காக வெட்டப்பட்டு செப்பனிடப்பட்டிருந்தது. ஆட்கள் வரத்தும் அதிகம் தெரிந்தது.

அதுவும் சனிக்கிழமைக்கு இது ரொம்பவே அதிகம். பயணம் ஒன்றைத் தவிர அலுவலகம் வருவதும் மற்றவர்களோடு சேர்ந்து ஒரே தளத்தில் வேலை பார்ப்பதுமே உண்மையில் மனதுக்குப் பிடித்திருக்கிறது. முதலில் வந்த எரிச்சல் அடங்கி கொஞ்சமாய் உற்சாகம் தொற்றிக்கொண்டது.

என்னை டி.பி.2 என்றழைக்கப்படும் இரண்டாம் கட்ட நேர்காணல் செய்ய அழைத்திருந்தார்கள். முதற்கட்டத் தேர்வு முடிந்து வரும் அடுத்த கட்டம். கல்லூரியிலிருந்து நேரடியாக வருபவர்களைப் பொறுத்தமட்டில் நன்றாகப் பேசத் தெரிந்து, கற்றுக்கொள்ளும் திறனும் ஆர்வமும் இருந்தால் போதும். எடுத்து உள்ளே போட்டுவிடலாம். அதிகம் மெனக்கெடத் தேவையில்லை. வேலை சற்று சுலபம். பெரும்பாலானோர் ஊர்ப் பக்கமிருந்த கல்லூரிகளில் படித்தவர்களாக இருந்தார்கள். இப்படியானவர்கள் பொதுவாக விரைந்து கற்றுக்கொள்ளுபவர்களாகவும் திறம்பட வேலை செய்பவர்களாகவும் இருப்பர். ஆனால், பேசுவதற்குத் தயங்குவார்கள். தான் செய்த வேலையை எடுத்துச் சொல்லிப் பெயர் வாங்கத் தெரியாமல் விழிப்பார்கள். இங்கே அது மிகவும் அவசியம்.

அந்த விதத்தில் முதலில் வந்த மூன்று பேர்களில் ஒருவன் மட்டுமே தேறினான். மற்ற இருவரிடமும் தென்பட்ட அதீத குலைவும் தன்னம்பிக்கையற்ற உடல்மொழியும் தட்டுத் தடுமாறி வந்த பதில்களும் எனக்கு அத்தனை உவப்பாகப் படவில்லை. குறைந்தது இரண்டு பேரையாவது எடுக்க வேண்டும் என்பது வேண்டுகோள். அடுத்து வருவது எனக்கு ஒதுக்கப்பட்ட கடைசி நபர்.

வந்தது ஒரு பெண். சுத்தமாக, கண்ணை உறுத்தாமல் எளிமையான காட்டன் சுரிதார் அணிந்திருந்தாள். நேராக கண்களைப் பார்த்து மெலிதாக தலையை அசைத்து வணக்கம் சொன்னாள். அறைக்குள் வந்ததும் பேசுவதற்குத் தொந்தரவாக இருக்குமென்றால் மாஸ்க்கை கழட்டிக்கொள்ளலாம் என்றேன். கழட்டிவிட்டு வாஞ்சையாகப் புன்னகைத்தாள். பழகிய முகவெட்டு. ஊர்க்காரப் பெண்கள் எல்லோருக்குமே இப்படியான ஒரு ஜாடை வந்துவிடும் என்றாலும் இந்தப் பெண்ணை ஏதோ ஒன்று நெருக்கமாக உணர வைத்தது.

அவளைப் பற்றிக் கூறும்படி வழக்கமான கேள்வியில் ஆரம்பித்தேன். அவள் தன்னுடைய படிப்பு, அதில் சார்ந்த துறை, இறுதியாண்டில் தான் செய்து முடித்த பிராஜெக்ட் என்று வரிசையாகச் சொல்ல ஆரம்பித்தாள். அவள் கையிலிருந்த விண்ணப்பத்தை வாங்கி, வெகு இயல்பாகப் பார்ப்பதுபோல்

முதல் பக்கத்தில் கண்ணை ஓட்டி, கடைசிப் பக்கத்தில் நிறுத்தி நிதானித்தேன். அதில்தான் பொதுவாக ஊர், படிப்பு போன்ற குறிப்புகள் இருக்கும். நான் நினைத்தது சரியாகப் போயிற்று. அந்தப் பெண் என்னுடைய ஊர்தான். நான் படித்த பள்ளியின் ஸ்தாபனத்தைச் சார்ந்தவர்கள் நடத்தும் பெண்கள் பள்ளியில் படித்து வந்திருக்கிறாள். கல்லூரி படிப்பைக்கூட எங்கள் ஊருக்கு அருகிலிருக்கும் ஒரு பொறியியல் கல்லூரியில்தான் படித்திருக்கிறாள்.

என்னுடைய கல்லூரிப் படிப்பின் பொருட்டே முதன் முதலில் ஊரிலிருந்து வெளியேறினேன். பின்பு, வேலை திருமணம் என்று கிட்டத்தட்ட பதினேழு வருடங்களுக்கும் மேல் சென்னை யில் வாசம். ஊர்ப் பக்கம் அதிக தொடர்பின்றியே இருந்தேன். அப்பாவின் மரணத்துக்குப் பின் அம்மாவும் எங்களுடன் வந்து தங்கிவிட ஊருடன் இருந்த கொஞ்சநஞ்சத் தொடர்பும் அறுந்து போனது. உண்மையில் அறுத்துக்கொண்டேன்.

ஊர் என்பது ஊர் மட்டுமா?

○

வாசுதேவன் – அப்பாவின் நண்பர். நல்ல உயரமும் அதற்கேற்ற பருமனும் கொண்ட கம்பீர உருவம். சுருள் சுருளாக முடி நெற்றி யில் வந்து விழும். அப்பாவுக்கும் அவருக்கும் இருபது வருட நட்பு. 'மம்மோனே மம்மோனே' என்று கொஞ்சும் கைகளின் திரட்சியான விரல்கள் கன்னங்களில் பட்டு வரும் கூச்சத்தை அப்போதுகூட என்னால் உணர முடிந்தது. அப்பாவுக்கு உதவ வேண்டி அவர் வீட்டு வாசலில் நாள் முழுக்க காத்து நின்று திரும்பியபோது பட்ட கூச்சத்தையும்.

அப்பாவும் அவரும் பக்கத்துப் பக்கத்துத் தெரு. கொஞ்சம் தொட்டுத் தொட்டுப் போனால் ஒரு பக்கம் சகோதர முறையும், மறு பக்கம் மாமன் மச்சான் முறையும் வரும். அந்தச் சிக்கல் இல்லாமல் இருவரும் பெயர் சொல்லி அழைத்துக்கொண்டா லும் அப்பாவுக்கு மூத்தவரா இளையவரா என்பது போன்ற குழப்பங்களுக்கு ஆட்படாமல் கூப்பிடுவதற்கு மாமா என்பது எனக்கு வசதியாக இருந்தது.

இருவருக்கும் தெருப் பழக்கம் கொஞ்சம் கொஞ்சமாகத் தொழில் பழக்கமாக மாறியது. அப்பாவுக்கு கூட்டுறவு வங்கியில் வேலை. ஆனால், வேலை ஒழுங்குக்குள் தன்னை தக்கவைத்துக் கொள்ளும் மனவமைப்பு அவருக்கு வாய்க்கவில்லை. எல்லா வற்றுக்கும் மேலே சொந்தமாக தொழில் செய்வது அவருடைய கனவாக இருந்தது. அப்பாவுடைய இளம் வயதிலேயே

அவருடைய அப்பா தவறிவிட தன் தோளுக்கு இடம் மாற்றப்பட்ட குடும்பப் பொறுப்புகளை ஒவ்வொன்றாய் முடித்துவைக்கும்வரை கிடைத்த வேலையில் நிலைத்து இருக்க வேண்டிய கட்டாயம். அவரின் கடைசித் தங்கைக்குத் திருமணம் முடித்து அம்பாசமுத்திரத்துக்கு அனுப்பிவைத்த கையோடு அக்கட்டாயத்திலிருந்து தன்னை விடுவித்துக் கொண்டார். அப்போதுதான் அந்தப் பகுதியில் மெதுவாக மின்தறிகள் கைத்தறிகளின் இடத்தைப் பிடிக்க ஆரம்பித்திருந்தன.

அதிகமாக மக்களிடத்தே பணப்புழக்கம் இல்லாத காலம். அப்பா துணிந்து வீட்டை வங்கியில் அடமானம் வைத்துக் கடன் வாங்கி மின்தறிக்கூடம் ஒன்றை நிறுவினார். அங்குதான் வாசுதேவன் மாமா முதலில் மேஸ்திரியாக வேலைக்குச் சேர்ந்தார். வேலையில் படு சுத்தம். அதிகாலையில் முதல் ஆளாகச் சென்று தறிக்கூடத்தைத் திறந்து வைப்பார். வரும் ஆட்களுக்கு வேலையைப் பிரித்துக்கொடுத்துவிட்டு அவர்களுக்கு உப்புமாவுக்கும் காப்பிக்கும் ஏற்பாடு செய்துவிட்டே தன் காலைக் கடமைகளுக்கு வீட்டுக்குச் செல்வார். இதெல்லாம், ஒவ்வொரு நாளும் காலையில் எனக்காக சோமன் கடை கேசரியைப் பொட்டலம் கட்டி வீட்டில் சேர்ப்பித்துவிட்டுப் போகும்போது அம்மாவும் அப்பாவும் சொல்லித் தெரிந்தவை.

அப்போது சத்திரப்பட்டி, எங்கள் தறிக்கூடமிருந்த ஆவரம்பட்டி பகுதிகளிலிருந்து மருத்துவத் துறையில் பயன்படும் பேண்டேஜ்க்காக நெய்யப்படும் துணிகளின் ஏற்றுமதிக்கு பெரிய மதிப்பு இருந்தது. அப்பாவுக்கும் தொழில் கூடி வந்தது. தறிக்கூடத்தை விரிவுபடுத்தினார். தறிகளின் எண்ணிக்கை எட்டிலிருந்து இருபதாகியது. வாசு மாமா இல்லாமல் இது சாத்தியமாயிருக்காது. களத்தில் நின்று வேலை வாங்குவது, ஆட்களை ஒழுங்கு செய்வது, பிரச்சினை செய்பவர்களைக் கண்டிப்பது போன்றவற்றையெல்லாம் மாமா பார்த்துக் கொள்வார். அப்பா, வசூலுக்குச் செல்வது, புதிதாக ஆர்டர்கள் எடுப்பது போன்றவற்றைக் கவனித்துக்கொள்வார். ஒரு சமயம், வழக்கத்துக்கு மாறாக தொடர்ந்து ஒரு வாரமாக அப்பா அதிகாலையில் எழுந்து கூடத்தைத் திறக்கப் போய்க் கொண்டிருந்தார். பெரிய இரும்புப் பற்சக்கரம் ஒன்று மாமாவின் காலில் விழுந்து அவரை கட்டுப்போட்டுக் கிடத்தியிருந்தார்கள். அப்பாதான் அடிக்கடி போய் பார்த்துக் கொண்டார். அதன் பின் அவருக்கு இயல்பாக நடக்க வரவில்லை. வலது குதிகால் தரையில் பாவாமல் மெதுவாக இழுத்தபடிதான் நடப்பார். அதிக நேரம் நின்றுகொண்டே செய்ய வேண்டிய வேலை. எப்போதும் சடசடவென்று சத்தமிட்டு ஓடிக்

கொண்டிருக்கும் தறிகளுக்கிடையே நடந்துகொண்டே இருக்க நேரிடும். அதையெல்லாம் பொருட்படுத்தாமல் அடுத்த மாதமே கூடத்துள் வந்து நின்றார்.

தொழில் நன்றாகப் போய்க்கொண்டிருந்தது. அடுத்ததொரு கூடமொன்றும் அமைக்க அப்பா முடிவு செய்தார். வாசு மாமா வுக்கு எட்டு தறிகள் கொண்ட அந்தப் புதிய கூடத்தை ஒப்பந்த மாக அளித்தார். சக்கரம் விழுந்து கால் முறியாது போயிருந்தால் அப்பா அவருக்கு அப்படிக் கொடுத்திருப்பார் என்று எனக்குத் தோன்றவில்லை. தறிகளும் கூடமும் அப்பாவுடையது. உற்பத்தி யும் விற்பனையும் மாமாவுடையது. வெளியில் பலரும் வாசு மாமா தனியாக தொழில் தொடங்கிவிட்டதாகவே பேசிக் கொண்டார்கள்.

வாசு மாமா இன்னுமின்னும் தீவிரமாக உழைத்தார். ஒப்பந்தம் எடுத்தது முதல் எங்கள் கூடத்துக்கு அவர் மேஸ்திரியாக வருவதை நிறுத்திக்கொண்டார். அதை இருவரும் முன்கூட்டியே பேசி ஒப்புக்கொண்டிருந்தார்கள். அவருக்குப் பின் வந்த ஒரு மேஸ்திரியும் இங்கே நிலைக்கவில்லை. பொறுப்பாக இருந்தவர்கள் திறனற்றும், திறமையோடு வந்தவர்கள் பொறுப்பற்றும் இருந்தார்கள். கடைசியாக மேஸ்திரியாக இருந்தவர், குடித்து விட்டு போதையில் பாவுமேல் விழுந்து வாந்தியெடுத்து அந்தப் பாவினையே ஓட்ட முடியாத நிலைக்குக் கொண்டுவந்து நிறுத்தி யிருந்தார். அதன் பிறகு அப்பா வேறு ஆட்களைத் தேடாமல் தானே மேஸ்திரி வேலையையும் கவனிக்க ஆரம்பித்தார். ஆனால், தொழில் சார்ந்த பரிவர்த்தனைகளில் இருந்த அளவுக்கு அப்பாவுக்கு ஆட்களிடம் வேலை வாங்கும் வித்தை கைவர வில்லை. எல்லாவற்றுக்கும் மேலாக அப்பாவுக்கு கவனம் தொழிலிலிருந்து நழுவியது. இரவில் தாமதமாக வீட்டுக்கு வர ஆரம்பித்தார். அந்தக் காலங்களில் அதுவரையில் நான் கண்டிராத சோர்வையும் கவலையையும் தாங்கியிருந்தது அம்மாவின் முகம்.

ஒரு கட்டத்தில், சொந்தமாக இருந்த இருபது தறிகளை விட ஒப்பந்தமாகக் கொடுத்த தறிகளில் அப்பாவுக்குக் கிடைத்த சம்பாத்தியம் அதிகமாக இருந்தது. வெறும் நான்கு தறிகளை மட்டுமே தான் பார்த்துக்கொண்டு மற்றவற்றையும் அவர் வாசு மாமாவின் கையிலேயே ஒப்படைத்தார். கடைசி யில், அந்த நான்கு தறிகளும் அவர் கைக்கு மாறின.

அப்பாவுக்கு தான் வங்கி வேலையை விட்டது தவறு என்ற எண்ணம் ஏற்பட்டது. அதற்காக வருந்த ஆரம்பித்தார். இதற்கிடை யில், மாமாவிடமிருந்து ஒப்பந்தமாக வர வேண்டிய தொகை

சில மாதங்களாக வராமல் இருந்தது. அப்பா, வாசு மாமாவிடம் கேட்பதற்கு தயங்கியபடியே இருந்தார். இது மூன்று மாதங் களாகத் தொடரவே அப்பா வேறு வழியின்றி நேரில் கேட்டு விட்டார். அப்போது நிலைமை சரியில்லை, தொழில் முன்பு போல இல்லை என்று கூறிய மாமா தர வேண்டிய தொகையில் பாதி மட்டும் கொடுத்தனுப்பினார். ஆனால், அதற்கடுத்த வாரமே மாமா புதிதாக ஓர் இடத்தைப் பத்திரம் முடித்தார். அப்பா, நன்றாக சம்பாதித்த காலத்தில் வந்த பணத்தை யெல்லாம் மீண்டும் மீண்டும் தொழிலில் போட்டவர் வீட்டின் மீதிருந்த கடனை அடைக்காமல் விட்டுவிட்டார். வங்கியி லிருந்து நோட்டீஸ் வந்தது. அதற்கும் மாமாவிடமே சென்று நிற்க வேண்டிய நிலைமை.

○

அப்படித்தான் அன்று ஒரு நாள் வக்கீல் நோட்டீஸ் வந்தது. வீட்டுக் கடனுக்காக வந்திருக்கும் என்றுதான் முதலில் நினைத்தார்கள். ஆனால், அனுப்பியவரின் பெயர் வாசுதேவன் என்றிருந்தது. தனக்குத் தர வேண்டிய பணத்தை உரிய நேரத்தில் செலுத்தச் சொல்லி வந்திருந்தது. அது அப்பா அவரிடம் வாங்கி யிருந்த தொகையைவிட பல மடங்கு அதிகம். அதைச் சற்றும் எதிர்பார்த்திருக்காத அப்பா சட்டென்று உடைந்துபோனார். பணத்தைவிட தவறிப்போன நம்பிக்கை அவரை அதிகமாக பாதித்தது. வங்கிக் கடன் பொருட்டு அப்பா அவருக்குக் கொஞ்சம் தொகை தர வேண்டியிருந்தது உண்மைதான். ஆனால், நோட்டீஸில் எல்லாம் முன்னுக்குப் பின்னாக இருந்தது. தறிக்கூடம் இருந்த இடம் அங்கிருந்த தறிகள் அத்தனைக்கும் சேர்த்து மிகச் சிறிய தொகையே அப்பாவுக்குத் தர வேண்டி யிருந்ததாகவும், அதைக் கழித்துவிட்டுப் பார்த்தாலும் அப்பாவே மிகப்பெரிய தொகை ஒன்றை வாசுதேவனுக்குத் தர வேண்டி யிருந்ததாகவும் அதே நோட்டீஸில் போடப்பட்டிருந்தது. அப்பாவுக்கு அடிமேல் அடியாக இருந்தது. அவர் மனதளவில் நொறுங்கிப் போனார்.

அன்று காலை, மாமாவை நேரில் பார்த்து ஒரு வார்த்தை கேட்டு வரலாம் என்று நானும் அம்மாவும் அவர் வீட்டுக்குச் சென்றோம். அப்பாவுக்கும் அவருக்கும் அத்தனை வருடப் பழக்க மிருந்தும் அது ஏனோ குடும்ப நட்பாக விரிவடையவேயில்லை. எங்காவது விசேஷ வீடுகளில் சந்தித்துக்கொண்டால் 'மதினி' என்று நாலு வார்த்தை. எண்ணி அவ்வளவுதான். அதற்குமேல் கூடாது, குறையாது. அப்பா 'போ' என்றும் சொல்லவில்லை. 'வேண்டாம்' என்றும் சொல்லவில்லை. அம்மா நான் போட்டிருந்த சட்டையைக் கழற்றச் சொன்னாள். நல்ல சட்டை ஒன்றை

மாட்டிவிட்டு தன்னுடன் கைபிடித்து இழுத்துப்போனாள். அங்கே வீடு பூட்டியிருந்தது. அம்மா அழைப்பு மணியை அழுத்தினாள். அதிலிருந்து வெளிப்பட்ட கிர்ர்ரென்ற ஓசையில் எனக்கு பல் கிட்டித்தது. திரும்பித் திரும்பி அழுத்தியும் பதில் இல்லை. அதுவரை உள்ளேயிருந்து கேட்டுக்கொண்டிருந்த டி.வி. சத்தம் சட்டென்று நின்றுபோனது. என்னை சாவித் துவாரத்தில் எட்டிப் பார்க்கச் சொன்னாள். பார்த்தேன். உள்ளே சாவி இருந்தது. எவ்வளவு மணி நேரம் அங்கேயே நின்றுகொண்டிருந்தோம் என்று தெரியவில்லை. அந்தப் பக்கமாய் வந்தவர்கள் போனவர்கள் என எல்லோருடைய பார்வையும் எங்கள் முதுகுகளில் ஊர்ந்து குறுகுறுத்தன. ஊர்ச் சொல்லுக்கும் ஒற்றைப் பார்வைக்கும் கூசிப்போகும் அம்மா அன்று எதையும் பொருட்படுத்தும் நிலையில் இல்லை. அழைப்பு மணியை அடித்தும் கதவைத் தட்டித் தட்டிப் பார்த்தும் சோர்ந்து போனோம். புழுங்கி வியர்த்துக்கொட்டிய அந்த நொடியில், அம்மா அவ்வீட்டு வாசலில் அப்படியே தரையில் அமர்ந்தபடி அழ ஆரம்பித்தாள். அப்போது வாசுதேவனை முற்றிலுமாக வெறுத்தேன். என்றாவது ஒரு நாள் அவரை அம்மா, அப்பாவின் முன்னால் மன்னிப்பு கேட்க நிறுத்த வேண்டும் என்று உறுதி கொண்டேன்.

வாசுதேவனின் வளர்ச்சி எங்கள் கண் முன்னால் நடந்தேறியது. தன் வீட்டை மாற்றிக் கட்டினார். போர்ட்டிகோ எழுப்பி அங்கே இன்னோவா காரைக் கொண்டுவந்து நிறுத்தினார். ஊரில் எல்லோருக்கும் வேண்டப்பட்டவரானார். விசேஷ வீடுகளில் முதல் வரிசைக்கு வந்தார்.

அப்பா வெளியே வருவதே குறைந்து போனது. இதற்கிடையில் காவல் நிலையம், நீதிமன்றம் என்று அலைக்கழிப்பு வேறு. அப்பா பக்கத்திலிருந்த ஹார்ட்வேர் கடை ஒன்றுக்கு கணக்கு எழுதப் போனார். என்றாவது தன்னுடன் வங்கியில் வேலை பார்த்த நண்பர்களையோ பழைய வாடிக்கையாளர்களையோ கடையில் சந்திக்க நேரிட்டால், மறுநாள் விடுப்பெடுத்துக் கொள்வார். அன்று யாருடனும் பேசாமல் கட்டிலில் படுத்துக் கொண்டு ஜன்னல் வழியே அசையும் வேப்ப மரத்தைப் பார்த்தபடியே கிடப்பார். ஒரு கட்டத்தில் தன்னிடமிருந்த சொத்துக்கள் அத்தனையும் போனாலும்கூடப் பரவாயில்லை, குறைந்த பட்சம் இந்த வழக்குகளிலிருந்து விடுபட்டால் போதுமென்று இருந்தது. ஆனால், அது அவ்வளவு எளிதாக அவரை விடவில்லை. அப்பா ஒவ்வொரு முறை நீதிமன்றப் படியேறிவிட்டு வீட்டுக்குத் திரும்பும்போதும் மேலும் மேலும் உடைந்துகொண்டு இருந்தார். உள்ளேயும் வெளியேயும்.

இடையில் அவருக்கு காதுக்குள் நிறையச் சத்தங்கள் கேட்க ஆரம்பித்திருப்பதாகச் சொன்னார். நாள் முழுக்க ஓயாத இரைச்சலில் மின்தறி ஓட்டுபவர்கள் சிலருக்கு இந்தப் பிரச்சினை வருவதுண்டு. அதன் பொருட்டே இருக்கும் என சாதாரணமாக விட்டுவிட்டோம். ஆனால், உண்மையில் அது காது சார்ந்த பிரச்சினையாக இருக்கவில்லை. அப்படியான சமயங்களில் அவருக்கு முகம் இருண்டுவிடும். தன் இரு கைகளால் காதோடு சேர்த்து தலையை இறுக்கிப் பிடித்துக்கொள்வார். பித்து பிடித்தது போல் ஏதேதோ உளறுவார். சில நேரங்களில் ஆக்ரோஷமாகித் திட்டுவார். முணுமுணுப்பார். அது போன்ற தருணங்களில் 'வாசு வாசு' என்ற பெயர் மட்டும் அடிபட்டுக்கொண்டே இருக்கும். நாட்கள் செல்லச் செல்ல இது அதிகமாக ஆரம்பித்தது. அதுவே அவர் உடலை உருக்கி படுக்கையில் தள்ளியது. இதுபோன்று அவர் அலறிப் புலம்பும் தருணங்கள் நாளுக்கு நாள் அதிகரித்தன. அவ்வாறான நேரங்களில், ஒவ்வொருமுறையும் வாசுவின் பெயர் மட்டும் தவறாமல் உச்சரிக்கப்படும். அவர் மரணத்துக்கு முந்தைய நாள் அதைக் கூர்ந்து கவனித்தபோதுதான் இதைக் கேட்டேன். "வாசு மன்னிச்சுடு வாசு. என் தப்பில்ல. அது என் தப்பு மட்டுமில்லே" என்பதைத் திரும்பத் திரும்பச் சொல்லிக் கொண்டிருந்தார்.

○

அந்தப் பெண்ணின் விண்ணப்பத்தை முன்னும் பின்னுமாய் புரட்டிக்கொண்டிருந்தேன். அதற்கு மேல் அதிலிருந்து கேட்பதற்கு எதுவும் இருக்கவில்லை. கேட்டவரையில் ஒவ்வொரு கேள்விக்கும் திருத்தமாக பதில் சொல்லிக்கொண்டிருந்தாள். வேலை சம்பந்த மாக பேருக்குச் சில கேள்விகள் கேட்டுவிட்டு, அவளைப் பற்றி இயல்பாக விசாரிப்பதுபோல் விசாரிக்க ஆரம்பித்தேன். நான் அவள் மூலமாக எதையோ தெரிந்துகொள்ள விரும்பினேன்.

"அப்பா, என்ன பண்றார்?"

"தறி ஓட்டுகிறார்."

"மின் தறியா?"

"ஆமாம்."

"சொந்தமாகத் தறிகள் வைத்திருக்கிறீர்களா?"

"இல்லை. முன்பு வைத்திருந்தோம். இப்போது இல்லை. வேறொருவருக்குத் தறி ஓட்டுகிறார்." – மிகத் தெளிவாகவும் அழகாகவும் ஆங்கிலத்தில் பதில் சொன்னாள். இதையும் நேருக்கு நேர் என் கண்களைப் பார்த்தபடிதான் சொன்னாள். அவள்

கண்களில் என்னை இதற்கு முன்பு பார்த்த பாவனை எதுவும் வெளிப்படவில்லை.

முகத்தில் எந்தச் சலனத்தையும் வெளிக்காட்டாமல் உதட்டைப் பிதுக்கி, "ஒருவேளை நான் உன்னை இந்த வேலைக்குத் தேர்வு செய்யாவிட்டால்?" என்று வழக்கமாக எதிரே இருப்பவரைச் சற்றுப் பதறவைக்க கேட்கப்படும் கேள்வியைக் கேட்டேன்.

"இதில் தேர்வு பெற வேண்டும் என்பதே என் விருப்பம். அதற்குரிய தகுதியும் திறமையும் எனக்கு இருப்பதாகவே நான் நம்புகிறேன். ஆனால், அதே நேரத்தில் உங்களின் அனுபவத்தைக் கருத்தில்கொண்டு உங்கள் முடிவை நான் மதிப்பேன். அப்படி ஒன்று நிகழுமானால் என் தவறுகளை அறிந்துகொண்டு எதிர்வரும் காலத்தில் அதை சரிசெய்ய முயல்வேன்" என்றாள்.

அதற்கு மேல் கேட்பதற்கு உண்மையில் என்னிடம் எதுவு மிருக்கவில்லை. நேர்காணல் முடிந்துவிட்டதாகவும் கீழே சென்று காத்திருக்கும்படியும் கூறினேன். அவள் தன் அப்பா வுடன் வந்திருப்பதாகவும் காத்திருக்கும் நேரத்தில் மதிய உணவுக்குச் சென்று வரலாமா என்றும் கேட்டாள். நாங்கள் இருக்கும் கட்டடத்திலிருந்து கஃபேவுக்குச் செல்லும் வழியைச் சொல்லி அனுப்பிவைத்தேன். நன்றி சொல்லிவிட்டு எழுந்தவள் நாற்காலியைக் கிரீச்சிடாமல் கவனமாகப் பின் இழுத்து மீண்டும் பழைய நிலைக்கு நிறுத்திவிட்டுச் சென்றாள்.

அவள் வெளியே சென்றதும் நானும் தண்ணீர் அருந்த அறையிலிருந்து வெளியே வந்தேன். ஏதோ ஒன்று உந்தித் தள்ள என் கண்கள் அவளைத் தேடின. நான் இருந்த முதல் தளத்தின் பால்கனி போன்று அமைந்த பகுதியிலிருந்து பார்த்தால், தரைத் தளத்தின் வரவேற்பறை நன்றாகத் தெரியும். வரவேற்பறையில் அவள் முதியவர் ஒருவருடன் பேசிக்கொண்டு நின்றாள். அவர் பார்ப்பதற்குத் தலையில் வழுக்கையுடன் சற்றுத் தோள் தளர்ந்து காணப்பட்டார். ஆனால், நல்ல உயரம். அவர் கையிலிருந்த தன் கைப்பையை இவள் வாங்கிக்கொண்டாள். நன்றாகச் செய்திருப்பதாகச் சொல்வது போல் தலையை ஆட்டினாள். கொஞ்ச நேரம் பேசிக்கொண்டிருந்தவர்கள் கேண்டீன் பக்கமாக நடக்க ஆரம்பித்தார்கள். என் பார்வை வெள்ளை வேட்டியி லிருந்து வெளித் தெரிந்த அவரது வலது குதிக்காலின் மேல் குவிந்திருந்தது.

○

கேண்மை

தமிழில் வெளிவந்துகொண்டிருக்கும் கலை இலக்கிய மாத இதழ் ஒன்றுக்காக நேர்காணல் வேண்டுமென்று அழைத்திருந்தார்கள். அழைத்தவர் தமிழின் முக்கியமான கவி. பக்கத்து மாநிலம் ஒன்றில் வசிக்கிறார். நேர்காணலுக்காக மாநிலம் விட்டு மாநிலம் வரவேண்டும். சிரமப்பட வேண்டாம் என்று எவ்வளவோ எடுத்துச் சொல்லியும் விடாப்

ஒளிரும் பச்சைக் கண்கள்

பிடியாக வருவதாகக் கூறிவிட்டார். முந்தைய சந்திப்பில் அவர் குறிப்பிட்டுப் பேசிய புத்தகம் ஒன்றை அவருக்குப் பரிசாக அளிப்பதற்காகப் புத்தக அடுக்கில் தேடிக்கொண்டிருந்தேன். இப்போதெல்லாம் தடித் தடியான புத்தகங்களை எடுத்துத் தூக்கவும் அவற்றை இடம் மாற்றி வைப்பதுமே அயர்ச்சியாக இருக்கிறது. கவனமாகக் கையாள வேண்டியிருக்கிறது. மூப்பின் காரணமாக விரல்களில் வலுவில்லை. அப்போதுதான் புத்தக அலமாரியில் வைக்கப்பட்டிருந்த காந்தியின் படத்துக்குப் பின்னாலிருந்த அந்தக் கடிதம் கண்ணில் பட்டது.

அப்பாவின் ஸ்நேகிதரும் என்னுடைய பழைய முதலாளியுமான வரதராஜன் சாரிடமிருந்து வந்த கடிதம் அது. நேரடியாக என் பெயர் போட்டே வந்திருந்தது. அப்பாவுக்கும் அவருக்கும் ஒரே பூர்விகம். மாயவரம் பக்கத்தில் சிறு கிராமம். பால்யகால ஸ்நேகிதம். இருவரும் பிற்காலத்தில் பிழைப்புக்காக சென்னை வந்து சேர்ந்திருந்தனர். அப்பாவுடன் ஒப்பிட அவருடைய நண்பர் அடைந்திருந்த உயரம் மிகப்பெரியது. அப்பாவுக்கு அரிசி மில் ஒன்றில் குமாஸ்தா வேலை. நண்பரோ அந்த மில்லைவிடப் பல மடங்கு பெரிய பெரிய நிறுவனங்கள் சிலவற்றைத் தனதாக ஆக்கியிருந்தார்.

அப்பா இறந்த சமயம் தவிர்த்து, அதற்கும் முன்பாக, என்னுடைய சிறு வயதுகளில் ஓரிரு முறை எங்கள் வீட்டுக்கு அவர் வந்திருக்கிறார். அப்படியான பொழுதுகளில் நாங்கள் வசிக்கும் சிறிய தெருவை அடைத்துக்கொண்டு நிற்கும் அவருடைய பெரிய கார் கொடுக்கும் தனித்த மரியாதை அடுத்த ஒரு வாரத்துக்கு என் நண்பர்கள் மத்தியில் அமலில் இருக்கும். அவர் வரும் பொழுதுகளில் வீட்டில் மெல்லிய பதற்றம் தொற்றிக்கொள்ளும். வீட்டின் வறுமையைக் காட்டி பல் இளிக்கும் ஒவ்வொரு பொருளையும் அம்மாவும் அக்காக்களும் மறைக்கப் படாத பாடு பட்டுக்கொண்டிருப்பார்கள். அதிகம் உபயோகப்படுத்தாத, இருப்பதிலேயே புதியது போல் தோற்றமளிக்கும் டம்ளரில் அவருக்கு காபி போகும்.

அவரின் தூய கதராடையும், தாட்டியமான உருவமும், சுத்தமாக ஒட்ட நறுக்கப்பட்டுப் பளபளக்கும் நகங்களும், எல்லாச் செய்கையிலும் மிளிரும் ஒருவித நளினமும் என் கண்களை அவரைவிட்டு நகர்த்த அனுமதிக்காது. அவருக்கு எதிரே கைவைத்த பனியன்போட்டு குச்சி குச்சியான கைகால்களுடன் அப்பா பூஞ்சையாக புன்னகைத்தபடி அமர்ந்திருப்பார்.

அப்பாவிடம் தன் வறுமை குறித்த அயர்ச்சியோ, வீட்டின் ஒழுங்கின்மை குறித்த அவமானமோ துளியும் வெளிப்படாது.

வரதராஜன் சார் என்றில்லை, பொதுவாக நண்பர்களிடம் அதுவும் குறிப்பாக தன் பால்யகால ஸ்நேகிதர்களிடம் பேசும் போது பதின்களில் அவர் விட்ட இடத்திலிருந்தே தொடர்வதைப் போன்ற பாவனை அவரிடத்தில் வெளிப்படும். எதிலும் பற்றற்றிருக்கும் ஒருவித ஒட்டாத தன்மையும், அதே வேளையில் அவர் குரலில் ஆத்மார்த்தமாக வெளிப்படும் வாஞ்சையும்தான் அவருடைய ஸ்நேகிதர்களை அவர் பக்கமாக ஈர்க்கும் வஸ்துக்களாக இருக்க வேண்டும்.

அப்பாவின் இறப்புக்கும் வரதராஜன் சார் வந்திருந்திருந்தார். விடைபெற்றுச் செல்லும்போது என் கைகளைப் பற்றி மெதுவாக அழுத்தியபோது உணர்ந்த குளுமையும் மென்மையும் கிட்டத் தட்ட முப்பது வருடங்கள் கழித்து இப்போதும் அவரின் வருகையைத் தனித்து நினைவில் இருத்தப் போதுமாக இருக்கிறது.

கல்லூரி முடித்து வீட்டிலிருந்த சமயம். புத்தகங்கள் வாசிப்பதும் அவ்வப்போது எழுதிப் பழகுவதுமாய் பொழுது கழிந்துகொண்டிருந்தது. என்னுடைய ஓரிரு கதைகள் எழுத்து, கலைமகள் போன்ற சிற்றிதழ்களில் வெளியாகி கவனத்தைப் பெற்றிருந்தன. எழுதிப் பிழைக்க முடியாது என்று இதோ என் எண்பதுகளில் வந்திருக்கும் தெளிவு அப்பாவுக்கு அவருடைய ஐம்பதுகளிலேயே இருந்திருக்கிறது.

முதலில் அம்மாவிடம் சொன்னார். பின்பு அக்காக்களிடம். ஒரு நாள், என்னிடமும். எல்லாவற்றையும் நிறுத்திவிட்டு வேறு வேலை ஏதாவது எடுத்துப் பார்க்கச் சொன்னார். எதுவும் பலிக்கவில்லை. ஒரு நாள், என்னைக் கொண்டுபோய் அவர் நண்பர் வரதராஜனின் அலுவலகத்தில் நிறுத்தினார். அடுத்த நாளிலிருந்து அவருடைய நிறுவனத்தின் குமாஸ்தாக்களில் ஒருவனானேன். வேலைக்கு வரச் சொல்லி அவர்கள் அனுப்பிய கடிதம் வந்துசேர்ந்தபோது நான் வேலைக்குச் சேர்ந்து ஒரு வாரம் ஆகியிருந்தது. அக்கடிதத்தில் அக்கவுண்டன்ட் என்று குறிப்பிடப்பட்டிருந்தாலும் அக்கவுண்ட்ஸிலிருந்து ஆபிஸ் பாய் வரை எல்லா வேலையையும் இழுத்துப்போட்டுப் பார்க்க வேண்டியிருந்தது. ஆரம்பத்தில் அது குறித்து சிறு சலிப்பும் வருத்தமும் இருந்தாலும், அந்தப் பெரிய நிறுவனமும் அது கொடுத்த பொருளாதாரப் பாதுகாப்பும் என்னை மெது மெதுவாக ஒரு புதைமணல் போல உள்ளிழுத்துக்கொண்டது.

அங்கு வேலைக்குச் சேர்ந்தும் எழுதுவதை மட்டும் நிறுத்தவேயில்லை. எழுதுவதற்கு எனக்குப் பிரத்தியேக மனநிலை எதுவும் தேவைப்படவில்லை. அது மட்டுமே அன்றாடத்தின் சலிப்புச் சுழலில் இருந்து தப்பிக்கும் ஒரு வழியாய் இருந்தது. என்னைச்

சுற்றியிருப்பவர்களைப் பற்றிச் சொல்வதற்கும் எழுதுவதற்கும் எனக்கு நிறைய கதைகள் இருந்தன. எழுதிய கதைகள் சிற்றிதழ்களில் வந்து கொஞ்சம் கவனத்தைப் பெற்றன. எளிமையான என் மொழி சில விமர்சனங்களையும் பெற்றது என்றாலும் அது குறித்து பெரிய வருத்தம் எதுவுமிருக்கவில்லை. என்னுடைய எழுத்துக்களை இரண்டாம்முறை வாசித்தால் நிறைய விசயங்கள் புலப்படக்கூடும். ஆனால், நான் யாரையும் அப்படி 'இரண்டாம் முறை வாசியுங்கள்' என்று கேட்க முடியாது. என்னுடன் சம காலத்தில் எழுதிக்கொண்டிருந்தவர்களின் மொழியிலிருந்தும் அவர்களுடைய உலகிலிருந்தும் நான் நிறைய விலகியிருந்தேன். மொழி எளிமையாக இருக்கிறது என்றார்கள். கதைகள் உணர்வுப் பூர்வமாக அன்றி ஒருவித செய்தித்தாள் தன்மையில் இருப்பதாக விமர்சித்தார்கள். அவர்களுக்கு அப்படித் தோன்றியிருக்கலாம். ஆனால், அப்போதும் விற்பனைச் செல்வாக்கற்ற என் கதைகளையும் புத்தகமாகப் போடுவதற்கு ஆட்கள் இருக்கத்தான் செய்தார்கள். அப்படிப் போடப்பட்டவையும் ஓர் ஆயிரம் பிரதிகள் விற்பதற்கு முழுதாகப் பத்து ஆண்டுகள் பிடித்தன. இதோ, இப்போது புதிதாக வாசிக்க வருபவர்கள் அவற்றைத் தேடி வாசிக்கிறார்கள். அதே கதைகளை மெச்சுகிறார்கள். எனக்கு இரண்டும் ஒன்றாகத்தான் தெரிகிறது.

என்னுடைய கம்பெனியில் இருப்பவர்களுக்கு நான் எழுதுவது பற்றித் தெரியும். ஆனால், அது குறித்து அவர்களுக்குச் சொல்வதற்கு எதுவும் இருக்கவில்லை. அப்பாவின் வழியாகவோ சக ஊழியர்களின் மூலமாகவோ அப்பாவின் நண்பரும் என்னுடைய முதலாளியுமான வரதராஜன் சாரும் நான் எழுதுவது குறித்துத் தெரிந்து வைத்திருந்தார். அவ்வப்போது ஆங்கிலத்திலும் எழுதுவதுண்டு. தமிழைவிட அதில் இன்னும் தரமாகவே என் எழுத்து வெளிப்பட்டதாக நினைவு. ஆங்கிலப் பத்திரிக்கைகளில் கதைகள் வந்தால் மட்டும் அடுத்தமுறை பார்க்க வாய்க்கும்போது விசாரித்துக்கொள்வார். அடுத்த நிமிடமே ஒரு மெல்லிய புன்னகையுடன் நகர்ந்துவிடுவார்.

என் எழுத்து கண்டுகொள்ளப்படாதது குறித்தோ உரிய அங்கீகாரம் கிடைக்கவில்லை என்பது பற்றியோ இன்றுவரை எனக்கு எந்தப் புகாருமில்லை. எழுதுவது எனக்குப் பிடித்திருக்கிறது. அதற்காகவே எழுதுகிறேன். மேலதிகமான எதிர்பார்ப்பு எதுவும் எனக்கு கிடையாது. நான் யாரும் செய்ய முடியாத ஒன்றைச் செய்து முடித்ததாக நினைக்கவில்லை. சிறிது அப்பியாசமும் முயற்சியுமிருந்தால் யாராலும் எழுத முடியும். இப்போது கூப்பிட்டு விருது கொடுக்கிறார்கள். விருதுகள் பெற்றுக்கொள்வதில் எனக்கு ஒரே பிரச்சினைதான். பெரிய

அரங்கங்களில் விழாக்களை வைக்கிறார்கள். அதைப் போய் வாங்குவதற்கு மூட்டு வலியோடு இருபது படிகள் ஏறி இறங்க வேண்டும். சமயங்களில் அரங்கங்களில் ஏ.சி.யை வேறு கூட்டி வைத்துவிடுகிறார்கள். நல்ல வேளையாக அதே நேரம், மறக்காமல் பொன்னாடையும் போர்த்திவிடுகிறார்கள்.

எனக்கும் குடும்பத்துக்கும் வயிறுக்குப் பங்கம் வைக்காத அளவுக்கு கம்பெனியிலிருந்து சம்பளம் வந்துகொண்டிருந்தது. அப்படியே கிட்டத்தட்ட பதிமூன்று வருடங்கள் ஓடிவிட்டிருந்தன. இடையில் கேட்டுக்கொண்டதற்காக பக்கத்து வீட்டுப் பிள்ளை களுக்கு டியூசன் எடுத்தேன். அதில் சொற்பமாகக் கொஞ்சம் காசு வந்தது. அங்கு காசு விசயமில்லை. யாராவது வேண்டிக் கேட்டுக்கொண்ட பிறகு மறுப்பதற்குக் கஷ்டமாயிருக்கிறது. அவ்வப்போது, முன்னுரை கேட்டு சில புத்தகங்கள் வரும். வாசித்து ஒரு பக்கமோ இரு பக்கமோ எழுதிக் கொடுத்து விடுவேன். அதில் கறாராக இருப்பதில்லை. விதவிதமான புத்தகங்கள் வரும். அப்புத்தகங்களில் எங்கேயாவது ஏதாவது ஒரு பொறி கிடைக்கும். அதை எடுத்துக்காட்டி எழுதிவிடுவேன். அதேபோல என்னுடைய கதைகள் இன்னின்ன இதழ்களில் தான் வர வேண்டும் என்பது போன்ற வரையறையெல்லாம் வைத்துக்கொள்ளவில்லை. கசடதபறவில் கதைகள் வந்த அதே காலகட்டத்தில் குமுதத்திலும் என் கதைகள் வெளியாகின.

குமாஸ்தாவாகச் சேர்ந்து பதிமூன்று வருடங்களில் அஸிஸ்டண்ட் மானேஜராகி, மானேஜராகவும் ஆகியிருந்தேன். பதவியின் பெயர் மாறியது. கொஞ்சம் சம்பளம் கூடியது. வேலை என்ற அளவில் பெரிய மாறுதல் ஒன்றும் இருக்கவில்லை. கிட்டத் தட்ட ஒரு மேஸ்திரிக்கான வேலை.

முதலாளிக்கு வேண்டப்பட்டவன் என்ற பிம்பம் உடன் வேலைபார்க்கும் மற்றவர்களிடத்தே உருவாகி வந்திருந்தது. சில சமயங்களில் அப்படியான பிம்பம் சற்று உதவினாலும் பல நேரங்களில் அது அவர்களிடமிருந்து என்னை விலக்கியே வைத்திருந்தது. எத்தனை எத்தனை அவர்களிடத்தே நான் இளகிப் போகிறேனோ அது அவர்களை அத்தனை அத்தனை விலக்கி நிறுத்தியது. அதிகாரத்தை ஏற்றுக்கொள்வதில்கூட அவர்களுக்குச் சிக்கல் இருக்கவில்லை. ஆனால், அன்பை வெகுவாகச் சந்தேகித்தார்கள். நானோ முதலாளிக்கு வேண்டப்பட்டவன் என்பதைவிட அவர்களில் ஒருவனாக இருக்கவே நிறைய முறை ஆசைப்பட்டிருக்கிறேன். உண்மையில், அவர்கள் நினைக்கும் அளவுக்கு நான் வரதராஜன் சாருக்கு நெருக்கமாகவும் இல்லை. எப்போதாவது சந்திக்கும் வேளைகளில் அப்பாவைப் பற்றி

ஓரிரு வார்த்தைகள் விசாரிப்பார். அவ்வளவுதான். அவரைப் பொறுத்தமட்டில் நான் அவர் நிறுவனத்தின் மற்றுமொரு வேலையாள்.

அன்று, அவர் அறைக்குக் கூப்பிட்டு அனுப்பியிருந்தார். அவருடனான அதற்கு முந்தைய சந்திப்பும் நல்லபடியாக அமையவில்லை. கனிவாக இல்லையென்றாலும்கூட கடுமையாகப் பேசுபவர் அல்லர். ஆனால், அன்று கொஞ்சம் கடுப்படித்த படியே பேசினார்.

"தியாகு, எல்லாம் நீங்க கொடுக்கிற இடம்."

எப்போதும் சுற்றி வளைக்காமல் நேரடியாக விஷயத்துக்கு வந்துவிடுவார். பல நேரங்களில் விஷயம் விளங்குவதற்கே ஒரு சில நிமிடங்கள் எடுக்கும்.

"இன்னிக்கு என் வண்டி வரும்போதே, ஒருத்தன் ஹாயா பீடி குடிச்சிட்டு இருக்கிறான். அப்படியே மரத்துமேல கங்கை அணைச்சுட்டு கொஞ்சம்கூட கூச்சம் இல்லாம பீடித் துண்ட கீழே போட்டுக்கிறான். இதையெல்லாம் நீங்க ஒரு வார்த்தை கேக்கிறதில்ல. இல்லியா?"

"நான் சொல்லி வைக்கிறேன்."

"அப்போ இதுவரைக்கும் எதுவும் சொல்லல. அப்படித் தானே?"

"அப்படியில்ல சார். இன்னும் கொஞ்சம் வலுவா சொல்லி வைக்கிறேன்."

"என்னவோ பண்ணுங்க. இன்னொரு தடவ இப்படி ஒரு காட்சி என் கண்ணுல படக்கூடாது," என்றார்.

'சரி' என்பதாகத் தலையாட்டி நின்றேன். அன்று தபாலில் கொண்டுசேர்க்கவேண்டிய கடிதங்களை என்னிடம் கொடுத்து விட்டு அருகிலிருந்த டெலிபோனை எடுத்து 'கர்க் கர்க்' என்று ஓசையெழ ஒவ்வொரு எண்ணாகச் சுழற்றினார். பின்பு, அங்கிருந்து நான் கிளம்பலாம் என்பதாகச் சைகை காட்டினார். மருந்துக்கும் புன்னகைக்கவில்லை.

அவரும் புகைபிடிப்பவர்தான். பொதுவாகப் புகைப்பவர்களுக்கிடையே சட்டென்று சிநேகம் முளைத்து விடுவதைக் கண்டிருக்கிறேன். அவருக்கு இங்கே பீடி குடித்தது பிரச்சினையில்லை. அவர் கார் வருவதைப் பார்த்தும் குடித்துக்கொண்டிருந்ததே குற்றம். அது அவருடைய கார் என்று தெரியாத

ஒருவனாகவே இருக்க வேண்டும். புதிதாகச் சேர்ந்த ஒப்பந்தக் கூலியாட்களில் ஒருவனாக இருக்கக்கூடும்.

மறுநாள் எனக்குக் கீழிருந்த அத்தனை பேரையும் அழைத்து இதைச் சொன்னேன். அவர்களுக்கு அதில் கொஞ்சம் வருத்தம். எனக்கும்கூட அவர்களிடத்தில் அப்படிச் சொல்வதில் விருப்ப மிருக்கவில்லை. நாள் முழுவதும் பழியாய்க் கிடந்து உழைப்பவர் களுக்குக் கிடைக்கும் இது போன்ற எளிய ஆசுவாசங்களுக்கான வழிகளையும் அடைப்பது சரியில்லை. தொழிலாளர்களைப் பொறுத்தமட்டில் முதலாளியின் விருப்பம் என்றோ, ஆணை என்றோ சொல்லப்படும் எதுவும் முதலாளியின் பெயரைச் சொல்லி நான் எடுக்கும் முடிவுகளாகத் தோன்றியதிலும் பிழை யில்லைதான்.

அன்றிலிருந்து அவர்களிடத்தே என் மீது மிச்சமிருந்த கொஞ்ச நம்பிக்கையும் போய்விட்டது. இது குறித்து எனக்கு வருத்தமே. முதலாளி நல்ல மனநிலையில் இருக்கும் ஒரு நாளில் இது பற்றி அவரிடம் எடுத்துப் பேச வேண்டும் என்று நினைத்துக் கொண்டிருந்தேன். அதற்கு முன்னால் அவரே கூப்பிட்டு அனுப்பி விட்டார். அத்தனை எச்சரிக்கையையும் மீறி மறுபடியும் யாராவது பீடி பிடித்து அவர் கண்ணில் மாட்டிக்கொண்டார்களா? என்னுடைய அறையிலிருந்து அவர் அறைக்கு நடக்க ஆகும் அந்த ஐந்து நிமிட இடைவெளியில் அவர் கூப்பிட்டு அனுப்பச் சாத்தியமிருக்கும் அத்தனை காரணங்களையும் மனது ஒவ்வொன்றாக எடுத்து அடுக்கியது.

ஆனால், அத்தனை சாத்தியங்களையும் மீறி மற்றொன்றின் பொருட்டே அவருடைய அழைப்பு இருந்தது.

"நம்மோட காண்ட்ராக்ட் லேபர்ஸ்ல ஒரு ஏழு பேரை மட்டும், அடுத்த மூணு மாசத்துக்கு கூடுதலா இரண்டு மணி நேரம் வேலை பார்க்கச் சொல்லணும். புதுசா ஒரு ஆர்டர் வந்துருக்கு. அதை நேரத்துக்கு முடிச்சிக் கொடுத்தா நமக்கு அடுத்தடுத்து ஆர்டர்ஸ் கிடைக்கும். அதனால ஆள் பார்த்துச் சொல்லிடுங்க. ஆட்கள முடிவு பண்ணிட்டு அதுக்கான கூலிய சம்பளத்துல சேர்த்துப் போடச் சொல்லி அக்கவுண்ட்ஸ் டிபார்ட்மண்ட்டுக்கும் தகவல் கொடுத்திடுங்க."

அவர் அபிப்பிராயமோ ஆலோசனையோ கேட்கவில்லை. மேலும் அவர் முகத்தில் வெளிப்பட்ட பரபரப்பு இடையில் வேறு எதையும் பேச அனுமதிக்கவில்லை. நிரந்தரத் தொழிலாளி களை ஒப்பிட ஒப்பந்தத் தொழிலாளர்கள் ஏற்கெனவே ஒரு மணி நேரம் அதிகமாகத்தான் வேலை பார்க்கிறார்கள். அதுவும்

அவர்களைவிட குறைவான ஊதியத்துக்கு. எல்லா இடங்களிலும் அவர்களுக்குரிய சலுகைகளில் வேறு பாகுபாடு. போதாத குறைக்கு உள்ளே பீடி குடிக்கக்கூட அனுமதி மறுக்கப்பட்டதில் அவர்களுக்கு என் மேல் கோபம்.

பதிலேதும் பேசாமல் நின்றுகொண்டிருந்தேன்.

"தியாகு, நான் சொன்னது புரிஞ்சது இல்லியா?"

"யெஸ் ... யெஸ் சார் ... ஆனா."

"என்ன? சொல்லுங்க."

அவர்களுக்கு இருக்கும் சங்கடங்களையும் பிரச்சினை களையும் ஒவ்வொன்றாய் எடுத்துச் சொன்னேன். புகைபிடிப் பதற்காக வெளியில் போய் வர வேண்டிய சிரமம் குறித்தும் சொன்னேன்.

"இதையெல்லாம் சமாளிக்கத்தானே நீங்க மானேஜரா இருக்கீங்க?"

"சரிதான் சார். மானேஜர்ன்னு பேரளவுக்குச் சொல்லிக் கிட்டாலும்கூட இங்க நான் பார்க்கிற வேலை எதுவும் அப்படி யில்ல. நானே ஆபிஸ் பாய். நானே மானேஜர். அப்புறம், ஆட்களைக் கட்டி மேய்க்கிற ஒரு மேஸ்திரி!"

"இருக்கட்டுமே. அதனால் என்ன?" என்றார்.

எதையும் பேசிக்கொள்ளாமல் அந்த அறையை விட்டு வெளியேறினேன். அதன் பிறகு, ஆறு மாதங்கள் கழித்து அப்பா வின் இறப்பின் போதுதான் அவரைப் பார்த்தேன். நான் வேலையை விட்டு நின்றது குறித்து அவருக்கு வருத்தம் ஏதும் இருந்ததாகத் தெரியவில்லை. ஆனால், அது பற்றி ஒரு வார்த்தை யும் அவர் பேசாதது குறித்து எனக்கு நிறைய வருத்தம் இருந்தது. கிட்டத்தட்ட பதினான்கு ஆண்டுகள் அந்த நிறுவனத்துக்காக உழைத்திருக்கிறேன். வேலை பார்த்தவரை என் மனதுக்கு நேர்மையாகவும் வாங்கிய சம்பளத்துக்கு உண்மையாகவும் இருந்திருக்கிறேன். எல்லாவற்றையும் மீறி இன்னும் மூன்றே மூன்று மாதங்கள் மட்டும் கூடுதலாக வேலையிலிருந்திருந்தால் அத்தனை வருடங்கள் உழைத்ததற்கான பணப் பலன்கள் எனக்குக் கிடைத்திருக்கும். பதினான்கு வருடப் பணப் பலன். என்னுடைய பொருளாதாரச் சூழலுக்கு அது கணிசமான தொகை. அது அவருக்கும் தெரியும். மூன்று மாதங்கள் மட்டுமாவது பொறுத்துக்கொள்ளச் சொல்லியிருக்கலாம். ஆனால், அவர் அதைச் சொல்லவில்லை.

அப்பாவின் இறப்பின்போது வந்தவர் அக்காவிடம் 'நான் என்ன செய்கிறேன்?' என்று கேட்டிருக்கிறார். அப்போது காலை மாலை என்று இரண்டு வேளையும், பக்கத்து வீட்டுப் பிள்ளைகளுக்கு மொட்டை மாடியில் வைத்து கணிதம் மற்றும் ஆங்கிலத்துக்கு டியூசன் எடுத்துக்கொண்டிருந்தேன். அதன்பின் ஒரு மாதம் கழித்து இந்தக் கடிதம் வந்திருந்தது. எனக்கு விருப்பமிருந்தால் மீண்டும் தன் நிறுவனத்தில் வந்து சேர்ந்து கொள்ளலாம் என்று சொல்லியிருந்தார்.

இப்போது, மூப்பின் காரணமாக நிறைய விசயங்கள் நினைவில் தங்குவதில்லை. பத்து பக்கங்கள் தொடர்ந்து வாசித்தால், மூன்றாம் பக்கம் வாசிக்கும்போது முதல் பக்கம் வாசித்தது மறந்துவிடுகிறது. ஆனால், இது எனக்கு நன்றாக நினைவில் இருக்கிறது. இந்தக் கடிதத்துக்கு நான் பதில் எதுவும் எழுதவில்லை.

நான் வேலையை விட்டு வந்த பின் ஆறு மாத காலம் அப்பா உயிரோடிருந்தார். அவர் வரதராஜன் சாரைப் பற்றி ஒரு வார்த்தை பேசவில்லை. அப்போதும் அவர் அப்பாவின் ஸ்நேகிதராகத்தான் இருந்தார்.

○